പഞ്ചതന്ത്രം കഥകൾ

Panchathandram Kadhakal
Childrens Literature

Retold
K Manoj Kumar

CHINTHA PUBLISHERS
Thiruvananthapuram

First Edition
May 2024

Second Impression
April 2025

Published
Chintha Publishers, Thiruvananthapuram

Typesetting
Star Communications, Pulluvila, Kanjiramkulam

Printed at
Repro India Ltd, Mumbai

Cover Design
Vinod Mangoes

Illustration
Rakesh P Nair

ISBN : 978-81-968475-1-7

CO - 3474 / 7393

₹ 310

Email: chinthapublishers@gmail.com
Website: www.chinthapublishers.com

A version is available at National Libraries
Kolkata, Mumbai, Chennai and Delhi

Distribution
DESHABHIMANI BOOK HOUSE
H O Thiruvananthapuram 695035

Branches & Agencies
Head Office Kunnukuzhi • Statue Thiruvananthapuram
Saphalyam Complex Thiruvananthapuram
Machingal Lane Thrissur • IG Road Kozhikode
Mavoor Road Kozhikode • NGO Union Building Kannur
Central Bus Terminal Complex Thavakkara Kannur
Revenue Tower Ernakulam • Sulthanpetta Palakkad
Postoffice Road Kottaym • Hospital Road Nilamboor
Old Municipal Bus Stand Kalpatta

പഞ്ചതന്ത്രം കഥകൾ

പുനരാഖ്യാനം

കെ മനോജ് കുമാർ

ചിത്രീകരണം

രാകേഷ് പി നായർ

ചിന്ത പബ്ലിഷേഴ്സ്
തിരുവനന്തപുരം-695 035
വില : ₹ 310

കെ മനോജ് കുമാർ

1960 ഏപ്രിൽ 18 ന് കോട്ടയം ജില്ലയിലെ പൊൻകുന്നത്ത് കൃഷ്ണൻ നായരുടെയും സാവിത്രിയമ്മയുടെയും മകനായി ജനനം. കേരള സർവ്വകലാശാലയിൽനിന്നും എം എ, എം ഫിൽ ബിരുദം നേടിയിട്ടുണ്ട്. കേരള പബ്ലിക് റിലേഷൻസ് വകുപ്പിൽ വിവിധ തസ്തികകളിൽ പ്രവർത്തിച്ച ശേഷം അഡീഷണൽ ഡയറക്ടറായി വിരമിച്ചു. സംസ്ഥാന ചലച്ചിത്ര അക്കാദമി സെക്രട്ടറി, ഐ എഫ് എഫ് കെ എക്സിക്യൂട്ടീവ് ഡയറക്ടർ, സംസ്ഥാന സാംസ്കാരിക ക്ഷേമനിധി സ്ഥാപക സി ഇ ഒ, വിക്ടേഴ്സ് ചാനലിന്റെ തലവൻ എന്നീ നിലകളിൽ പ്രവർത്തിച്ചു. സർക്കാർ വെബ്പോർട്ടലുകളുടെ ഉള്ളടക്ക വികസനത്തിലും സുതാര്യ കേരളമുൾപ്പെടെയുള്ള ഇ-ഗവേണൻസ് പദ്ധതികളിലും സംഭാവനകൾ. പ്രശസ്ത സംഗീത സംവിധായകൻ ജി ദേവരാജന്റെ സംഗീത സമീപനത്തെ കുറിച്ചുള്ള പുസ്തകം, *ദേവരാഗങ്ങളുടെ രാജശില്പി* ഈ ഗണത്തിൽ മലയാളത്തിലെ ആദ്യ രചനയായിരുന്നു.

വിലാസം : ദേവശ്രീ
VRA 36
മണ്ണാമൂല
പേരൂർക്കട
തിരുവനന്തപുരം
ഫോൺ : 9447796009

ഉള്ളടക്കം

പ്രസാധകക്കുറിപ്പ്

കഥകൾ കേവലം ആനന്ദത്തിനുവേണ്ടി മാത്രമുള്ള തല്ല. അറിവിന്റെ അത്ഭുതലോകങ്ങളാണ് ഓരോ കഥയും തുറന്നിടുന്നത്. വിജ്ഞാനത്തിനും വിനോദത്തിനും വേണ്ടിയുള്ള കഥകളിൽ സുവിദിതമാണ് പഞ്ചതന്ത്രം കഥകൾ. പുരാണ ഇന്ത്യയിൽ പിറവി കൊണ്ട പഞ്ചതന്ത്രം കഥകൾ അനേകം തലമുറകൾ കടന്ന് സഞ്ചരിച്ചുകഴിഞ്ഞു. അറിവിന്റെ അക്ഷയഖ നിയായ പഞ്ചതന്ത്രം കഥകളുടെ പുനരാഖ്യാനം നിർവ്വഹിച്ചിരിക്കുന്നത് കെ മനോജ്കുമാറാണ്.

ചിന്ത പബ്ലിഷേഴ്സ്

പഞ്ചതന്ത്രം കഥകൾ

കഥകൾ കേൾക്കാൻ ആർക്കാണ് ഇഷ്ടമില്ലാത്തത്, അല്ലേ? കേൾക്കുന്ന കഥകൾ അറിവും സാരോപദേശവും കൂടി കലർന്നതാണെങ്കിലോ? വിനോദത്തോടൊപ്പം വിജ്ഞാനവും നമുക്ക് ലഭിക്കും. ആ ഗുണങ്ങൾ ഉൾക്കൊള്ളുന്നവയാണ് പുരാതന ഇന്ത്യയിൽ ഉയിർക്കൊണ്ട പഞ്ചതന്ത്രം കഥകൾ. ഈ കഥകൾ പിറന്നതിന് പിന്നിൽത്തന്നെ ഒരു കഥയുണ്ട്. അതെന്താണ് എന്നല്ലേ?

പണ്ട്, എന്ന് പറഞ്ഞാൽ പണ്ട്, പണ്ട്, പണ്ട്, മഹിളരൂപ്യ എന്നൊരു രാജ്യമുണ്ടായിരുന്നു. അമരശക്തി എന്ന രാജാവാണ് മഹിളരൂപ്യ ഭരിച്ചിരുന്നത്. അദ്ദേഹത്തിന്റെ ഭരണത്തിന് കീഴിൽ രാജ്യത്ത് സന്തോഷവും സമാധാനവും സമ്പൽസമൃദ്ധിയും കളിയാടി. അതുകൊണ്ടുതന്നെ ജനങ്ങൾ അമരശക്തി രാജാവിനെ ഏറെ സ്നേഹിച്ചിരുന്നു. ഈ സൗഭാഗ്യങ്ങൾക്കിടയിലും രാജാവിന്റെ മനസ്സിനെ നീറ്റിക്കൊണ്ടിരുന്ന മറ്റൊരു പ്രശ്നമുണ്ടായിരുന്നു.

അമരശക്തി രാജാവിന് മൂന്ന് ആൺമക്കളാണ് ഉണ്ടായിരുന്നത്. വാസുശക്തിയും ഉഗ്രശക്തിയും അനേകശക്തിയും. ദൗർഭാഗ്യകരം എന്ന് പറയട്ടെ, രാജാവിന്റെ ഗുണഗണങ്ങളൊന്നും മക്കൾക്ക് ലഭിച്ചിരുന്നില്ല. തീർത്തും മണ്ടന്മാരായിരുന്നു മൂവരും.

പഠനകാര്യങ്ങളിലും ആയോധനകലകളിലും തികഞ്ഞ പരാജയമായിരുന്നു മൂവരും. രാജാവിന്റെ മനഃക്ലേശത്തിന് കാരണവും ഇതായിരുന്നു. എങ്ങനെ ഇവരെ നേർവഴിക്ക് കൊണ്ടുവരും എന്ന ചിന്ത അമരശക്തി രാജാവിനെ എപ്പോഴും അലട്ടിക്കൊണ്ടിരുന്നു.

അവരെ നേർവഴിക്ക് കൊണ്ടുവന്നില്ലെങ്കിൽ തന്റെ രാജ്യത്തിന്റെ ഭാവി എന്താകും? രാജാവ് ഗാഢമായി ചിന്തിച്ചു. ഒടുവിൽ അദ്ദേഹം ഒരു തീരുമാനത്തിലെത്തി. എന്ത് വിലകൊടുത്തും അവരെ സർവ്വ ശാസ്ത്രങ്ങളിലും കലകളിലും അറിവുള്ളവരാക്കിയേ തീരൂ. പക്ഷേ, എങ്ങനെ? അതായി അദ്ദേഹത്തിന്റെ അടുത്ത ചിന്ത. എല്ലാ മന്ത്രിമാരുമായും അദ്ദേഹം കൂടിയാലോചിച്ചു. എന്താണ് ഈ പ്രശ്നത്തിന് ഒരു പരിഹാരം. മന്ത്രിമാരിൽ സുമതി എന്നൊരാളുണ്ടായിരുന്നു. “മഹാരാജൻ, അറിവിന്റെ നിറകുടമായ ഒരു ഗുരുവിനെക്കുറിച്ച് ഞാൻ കേട്ടിട്ടുണ്ട്. എല്ലാ ധർമ്മങ്ങളിലും നീതിശാസ്ത്രങ്ങളിലും പ്രവീണനാണ് അദ്ദേഹം എന്നാണ് കേൾവി. നമുക്ക് അദ്ദേഹത്തെക്കുറിച്ചൊന്ന് അന്വേഷിച്ചാലോ? അദ്ദേഹം രാജകുമാരന്മാരെ ജ്ഞാനികളാക്കും എന്നാണ് അടിയന് തോന്നുന്നത്.” സുമതി ഉണർത്തിച്ചു.

മഹാരാജാവ് ഒരു നിമിഷം ആലോചിച്ചു. എന്നിട്ട് ഇങ്ങനെ പറഞ്ഞു, “ശരി. എന്തായാലും നമ്മുടെ മറ്റ് ശ്രമങ്ങളെല്ലാം പരാജയപ്പെട്ടു. ഇതുകൂടി പരീക്ഷിച്ചു കളയാം.” ആ ജ്ഞാനഗുരുവിനെ തിരയാൻ അദ്ദേഹം ഉത്തരവിട്ടു.

അതിൻപ്രകാരം രാജകിങ്കരന്മാർ നാനാദിക്കിലും പരതി. ഒടുവിൽ അവർ സുമതി പറഞ്ഞ ഗുരുവിനെ കണ്ടെത്തി. എൺപത് വയസ്സിന് മുകളിൽ പ്രായമുള്ള ഒരു വൃദ്ധൻ! വിഷ്ണുശർമ്മൻ എന്നായിരുന്നു അദ്ദേഹത്തിന്റെ പേര്. അവർ അദ്ദേഹത്തെ രാജസഭയിൽ ഹാജരാക്കി.

വിഷ്ണുശർമ്മൻ സഭയിൽ പ്രവേശിച്ചപ്പോൾ തന്നെ വിവിധ ശബ്ദങ്ങൾ മുഴങ്ങി.

“ഹ, ഹ, ഹ... ഈ കിളവനാണോ രാജകുമാരന്മാരെ പഠിപ്പിക്കാൻ പോകുന്നത്?”

“നല്ല മിടുക്കരായ ചെറുപ്പക്കാർ വന്നിട്ട് നടന്നില്ല.”

"അങ്ങനെ പറയരുത് ഹേ, പ്രായമാകുമ്പോൾ അറിവും കൂടും. പഴകും തോറും വീഞ്ഞിന്റെ ശൗര്യം കൂടുന്നില്ലേ."

"അതും ശരിയാണ്."

വിഷ്ണുശർമ്മൻ രാജാവിനെ താണുതൊഴുതു.

ഗുരു: "വണക്കം മഹാരാജൻ."

രാജാവ്: "സ്വാഗതം മഹാഗുരു. അങ്ങേയ്ക്ക് സൗഖ്യം എന്ന് കരുതട്ടെ."

ഗുരു: "അവിടുത്തെ കൃപയാൽ..."

രാജാവ്: "ചില കാര്യങ്ങൾ നമ്മെ വല്ലാതെ അലട്ടുന്നു. അങ്ങേയ്ക്ക് അതിനൊരു പരിഹാരം കാണാൻ സാധിക്കും എന്നാണ് നാം കരുതുന്നത്."

ഗുരു: "കൽപ്പിച്ചാലും മഹാരാജൻ"

രാജാവ്: "നമുക്ക് മൂന്ന് പുത്രന്മാരാണ് എന്ന് അങ്ങ് കേട്ടിട്ടുണ്ടാവും. മൂന്ന് പേരും ശിക്ഷണകാര്യങ്ങളിൽ ഒട്ടും തൽപ്പരരല്ല. നീതിശാസ്ത്രങ്ങളിലോ രാഷ്ട്രതന്ത്രത്തിലോ അവർ ശ്രദ്ധ ചെലുത്തുന്നില്ല. തികച്ചും മൂഢന്മാരെപ്പോലെയാണ് അവർ പെരുമാറുന്നത്. നമ്മുടെ കാലശേഷം ഈ രാജ്യത്തിന്റെ ഭാവിയെക്കുറിച്ച് ഓർക്കുമ്പോൾ നമുക്ക് വല്ലാതെ ഭയമാകുന്നു. അവരെ നേർവഴിക്ക് നടത്താൻ അങ്ങേയ്ക്ക് സാധിക്കില്ലേ? അങ്ങേയ്ക്ക് അതിന് സാധിച്ചാൽ നൂറ് പൊൻപണം പ്രതിഫലമായി നൽകാം."

ഗുരു: "ക്ഷമിക്കണം മഹാരാജൻ, അടിയൻ അറിവ് മറ്റുള്ളവർക്ക് പകർന്ന് നൽകുന്നതിന് പ്രതിഫലം വാങ്ങാറില്ല. അല്ലെങ്കിൽത്തന്നെ ഒരു വൃദ്ധനായ എനിക്കെന്തിനാണ് സമ്പത്ത്? പക്ഷേ, രാജാകുമാരന്മാരെ ആറുമാസം കൊണ്ട് സദ്ഗുണസമ്പന്നരാക്കാമെന്ന് അടിയൻ വാക്കുനൽകുന്നു. എന്റെ വാക്കുകൾ സത്യമായില്ലെങ്കിൽ ഈശ്വരൻ എനിക്ക് സ്വർഗ്ഗലോകം നിഷേധിക്കട്ടെ."

ഗുരുവിന്റെ വാക്കുകളിൽ രാജാവ് സംപ്രീതനായി. രാജകുമാരന്മാരെ മൂവരെയും വിഷ്ണുശർമ്മനോടൊപ്പം അയയ്ക്കാൻ അമരശക്തി രാജാവ് ഉത്തരവിട്ടു.

കുട്ടികളുമായി വിഷ്ണുശർമ്മൻ തന്റെ ആശ്രമത്തിലെത്തി. അറിവിന്റെ ആദ്യപാഠങ്ങൾ കുമാരന്മാർക്ക് സാധാരണഗതിയിൽ

പറഞ്ഞുനൽകാൻ അദ്ദേഹം ഒരു ശ്രമം നടത്തി. എന്നാൽ പറയുന്ന കാര്യങ്ങൾ കുമാരന്മാർ ശ്രദ്ധിക്കുന്നതേയില്ല. വിഷ്ണുശർമ്മൻ വിഷമത്തിലായി. എത്ര ശ്രമിച്ചിട്ടും കുമാരന്മാർ പാഠഭാഗങ്ങൾ ശ്രദ്ധിക്കുന്നില്ല. അവർക്ക് കളികളിൽ മാത്രമാണ് താൽപ്പര്യം. ഒട്ടും ഗൗരവമില്ലാത്ത പ്രകൃതമാണ് മൂവർക്കും എന്ന് വിഷ്ണുശർമ്മന് മനസ്സിലായി. എന്താണ് ഇതിനൊരു പ്രതിവിധി എന്ന് അദ്ദേഹം ചികഞ്ഞ് ആലോചിച്ചു. ഒടുവിൽ അദ്ദേഹത്തിന്റെ ബുദ്ധിയിൽ ഒരു പരിഹാരം തെളിഞ്ഞു.

പാഠഭാഗങ്ങൾ കുമാരന്മാർക്ക് താൽപ്പര്യമുണ്ടാകുന്ന വിധത്തിൽ പറഞ്ഞു കൊടുക്കുക. എന്നാൽ ഇതൊരു പഠനമാണെന്ന കാര്യം അവർ അറിയുകയുമരുത്. അതിന് ഏറ്റവും നല്ല മാർഗ്ഗം പാഠങ്ങൾ കഥകളായി പറയുന്നതാണ് എന്ന് അദ്ദേഹത്തിന് തോന്നി. അങ്ങനെ വിഷ്ണുശർമ്മൻ പാഠഭാഗങ്ങളെ അഞ്ചായി തിരിച്ച് അവയെല്ലാം കഥാരൂപത്തിലാക്കി കുമാരന്മാരെ പഠിപ്പിച്ചു. ഇതാണ് പഞ്ചതന്ത്രം എന്ന പേരിൽ പ്രസിദ്ധമായ കഥകൾ.

സുഹൃത്തുക്കളെ തരംതിരിക്കൽ, സുഹൃത്തുക്കളെ കണ്ടെത്തൽ, യുദ്ധതന്ത്രം, നേടിയ സ്വത്തുക്കളുടെ നാശം, മോശം പ്രവൃത്തികൾ എന്നിങ്ങനെ പാഠഭാഗങ്ങളെ അഞ്ചായി തിരിച്ച് 90 കഥകൾ വിഷ്ണുശർമ്മൻ മെനഞ്ഞു. നീതിശാസ്ത്രവും രാജ്യതന്ത്രവുമെല്ലാം ഈ കഥകളിൽ ഉൾക്കൊണ്ടിട്ടുണ്ടായിരുന്നു. അങ്ങനെ കുമാരന്മാർ അറിയാതെ വിഷ്ണുശർമ്മൻ അവർക്ക് കഥകളിലൂടെ വിജ്ഞാനം പകർന്ന് നൽകി. കഥ കേൾക്കുന്ന ലാളിത്യത്തിലൂടെ കുമാരന്മാർ അറിവിന്റെ പടവുകൾ ഒന്നൊന്നായി കയറി.

കൂട്ടുകാരേ, അങ്ങനെ ആറുമാസങ്ങൾ കടന്നുപോയി. പഠനം പൂർത്തിയാക്കിയ കുമാരന്മാരുമായി വിഷ്ണുശർമ്മൻ രാജസന്നിധിയിലെത്തി. സദ്ഗുണസമ്പന്നരും ജ്ഞാനികളുമായി മാറിയ കുമാരന്മാരെ കണ്ട് രാജസഭ അത്ഭുതപ്പെട്ടു.

എത്രയോ തലമുറകൾ കൈമാറി നമുക്ക് ലഭിച്ച ആ കഥകൾ നമുക്കും അറിയേണ്ടേ?

കാക്കയമ്മയും സർപ്പവും

കൂട്ടുകാരേ, പഞ്ചതന്ത്രത്തിലെ കൂട്ടുകാരെ തരംതിരിക്കൽ എന്ന ഒന്നാം ഭാഗത്തിൽ രാജകുമാരന്മാർക്ക് വിഷ്ണുശർമ്മൻ പറഞ്ഞുകൊടുത്ത കഥകളും അവയുടെ ഗുണപാഠവും നമുക്ക് പരിചയപ്പെടാം.

1. നമ്മൾ കേൾക്കുന്നത് കാക്കമ്മയും സർപ്പവും എന്ന കഥയാണ് ആദ്യം. ഒരിടത്തൊരിടത്ത് ഒരു കാക്കമ്മയും കുടുംബവും പാർത്തിരുന്നു. ഒരു പേരാലിലായിരുന്നു അവരുടെ വാസം. മുട്ടയിടാനുള്ള സമയം ആയപ്പോൾ ഒരു പുതിയ കൂടുണ്ടാക്കാൻ കാക്കയമ്മ തീരുമാനിച്ചു. അങ്ങനെ അവരെല്ലാം ചേർന്ന് ചകിരിയും ഇലകളും ചുള്ളിക്കമ്പുകളും ഉപയോഗിച്ച് മനോഹരമായ ഒരു കൂടുണ്ടാക്കി.

അങ്ങനെ മുട്ടയിടാൻ തയ്യാറായ കാക്കയമ്മ പുതിയ കൂട്ടിൽ ഒറ്റയ്ക്ക് താമസമാക്കി. ആദ്യ ദിവസം കാക്കയമ്മ ഒരു മുട്ടയിട്ടു. പിന്നെ തീറ്റ തേടി പുറത്തേക്ക് പോയി. വൈകിട്ട് തിരികെ എത്തിയപ്പോൾ കാക്കയമ്മ ഞെട്ടിപ്പോയി. അതിന് സങ്കടം സഹിക്കാൻ കഴിഞ്ഞില്ല. എന്താണ് കാരണമെന്നല്ലേ? കൂട്ടിൽ മുട്ട കാണുന്നില്ല. കാക്കയമ്മ കൂടിന് ചുറ്റും തിരഞ്ഞു. ഇല്ല, കാണുന്നില്ല. ഇനി കാറ്റടിച്ച് മുട്ടയെങ്ങാനും താഴെ വീണുകാണുമോ? കാക്കയമ്മ വേവലാതിപ്പെട്ടു.

കാക്കയമ്മ മരത്തിന്റെ ചുവട്ടിലെല്ലാം തപ്പി നോക്കി. ഇല്ല, എവിടെയും കാണുന്നില്ല. ഇതെന്ത് മറിമായമാണ്? കാക്കയമ്മ അത്ഭുതപ്പെട്ടു. എന്തായാലും ഇതിന്റെ പിന്നിലെ രഹസ്യം കണ്ടുപിടിക്കാൻ കാക്കയമ്മ തീരുമാനിച്ചു. പിറ്റെ ദിവസം കാക്കയമ്മ ഒരു ബുദ്ധി പ്രയോഗിച്ചു. മുട്ടയിട്ട ശേഷം ഇര തേടാൻ എന്ന പോലെ കൂടിന് പുറത്തേക്ക് പോയി. എന്നാൽ കൂട്ടിൽ എന്താണ് നടക്കുന്നത് എന്ന് കാണാൻ പാകത്തിൽ മറ്റൊരു മരത്തിൽ മറഞ്ഞിരുന്നു. കാക്കയമ്മ ആകാംക്ഷയോടെ കാത്തിരിക്കെ കുറച്ചു നേരം കടന്നുപോയി. കുറച്ചു നേരം കഴിഞ്ഞ് പേരാലിന്റെ ചുവട്ടിലേക്ക് നോക്കിയപ്പോൾ കാക്കയമ്മ നടുങ്ങിപ്പോയി. പേരാലിന്റെ ചുവട്ടിലുള്ള ഒരു പൊത്തിൽനിന്നും ഉഗ്രവിഷമുള്ള ഒരു കൃഷ്ണസർപ്പം ഇഴഞ്ഞിറങ്ങുന്നു. പാമ്പ് സാവകാശം കാക്കയമ്മയുടെ കൂട് ലക്ഷ്യമാക്കി മരത്തിന് മുകളിലേക്ക് ഇഴഞ്ഞു. നേരെ കൂട്ടിലെത്തി മുട്ട വിഴുങ്ങി. കാക്കയമ്മയുടെ മനസ്സ് തകർന്നുപോയി. ഇനി എന്ത് ചെയ്യും? ഇത്രയും വിഷമുള്ള ഒരു പാമ്പിനോട് എതിരിടാനുള്ള ശക്തി തനിക്കില്ല. ഈ ശത്രുവിനെ തകർക്കാതെ ഇനി മുട്ടയിടാനും സാധിക്കില്ല. എന്താണ് ഇതിനൊരു പോംവഴി? കാക്കയമ്മ ചുഴിഞ്ഞ് ആലോചിച്ചു. ഒടുവിൽ അടുത്ത കൂട്ടുകാരനായ കുറുക്കനെ കണ്ട് കാര്യം പറയാം എന്ന് കാക്കയമ്മ തീർച്ചയാക്കി.

അവന് തന്നെ സഹായിക്കാൻ സാധിച്ചേക്കും. ഇത്തരം കാര്യങ്ങളിൽ യുക്തിപൂർവ്വം ആലോചിച്ച് തീരുമാനമെടുക്കാനുള്ള കഴിവ് അവനുണ്ട്. നിലവിളിച്ചുകൊണ്ട് കാക്കയമ്മ കുറുക്കന്റെ അടുത്തേക്ക് പറന്നു. ഉറക്കെ നിലവിളിച്ചുകൊണ്ട് കാക്കയമ്മ ദൂരെനിന്ന് പറന്നുവരുന്നത് കണ്ടപ്പോൾത്തന്നെ അതിന് എന്തോ പ്രശ്നമുണ്ടെന്ന് കുറുക്കച്ചാർക്ക് മനസ്സിലായി. അടുത്തുവന്ന കാക്കയമ്മ കരച്ചിലടക്കാൻ പണിപ്പെട്ടു.

കുറുക്കൻ: എന്ത് പറ്റി കാക്കയമ്മേ?

മറുപടി പറയാതെ കാക്കയമ്മ കരച്ചിൽ തുടർന്നു.

കുറുക്കൻ: നീ കരയാതെ കാര്യം പറ.

തേങ്ങിക്കൊണ്ട് കാക്കയമ്മ തന്റെ മുട്ടകൾ നഷ്ടപ്പെട്ട കഥ

മുഴുവൻ കുറുക്കനോട് പറഞ്ഞു.

കുറുക്കൻ: നീ വിഷമിക്കേണ്ട. നമുക്കെന്തെങ്കിലും പരിഹാരം കണ്ടെത്താം. നീ ഒന്ന് മനസ്സിലാക്കണം. അവൻ നമ്മളെക്കാൾ ശക്തനാണ്. അതുകൊണ്ടുതന്നെ ആ ഘോരസർപ്പത്തെ നമുക്ക് നേരിട്ടൊന്നും ചെയ്യാൻ കഴിഞ്ഞെന്നു വരില്ല. ശക്തികൊണ്ട് നമുക്കവനെ തോൽപ്പിക്കാനാവില്ല. അതുകൊണ്ടുതന്നെ അവനെ നമുക്ക് ബുദ്ധിപൂർവ്വം നേരിടേണ്ടിയിരിക്കുന്നു. വിവേകമുള്ളവനെ ആർക്കും തോൽപ്പിക്കാനാവില്ല എന്ന് നീ മനസ്സിലാക്കണം.

കാക്ക: നീ പറയുന്നത് എനിക്ക് മനസ്സിലാവുന്നില്ല. ഉഗ്രവിഷമുള്ള സർപ്പമാണത്. അവനെ നമുക്കെന്തുചെയ്യാൻ സാധിക്കും?

കുറുക്കൻ: ഇവിടെ നമ്മൾ ദുർബ്ബലരാണ്. എന്നാൽ സർപ്പത്തെക്കാൾ ബുദ്ധിയും ശക്തിയുമുള്ള മറ്റൊരാൾക്ക് അവനെ തോൽപ്പിക്കാൻ സാധിക്കും. അങ്ങനെയൊരാളെ ഇതിൽ ഇടപെടുവിക്കുകയാണ് വേണ്ടത്.

കുറുക്കൻ കുറച്ചു നേരം ആലോചനയിൽ മുഴുകി. കാക്കയമ്മ ആകാംക്ഷയോടെ കാത്തിരുന്നു. അൽപ്പനേരത്തിനുശേഷം കാക്കയമ്മയുടെ ചെവിയിൽ കുറുക്കൻ രഹസ്യമായി ഒരു ഉപായം പറഞ്ഞുകൊടുത്തു.

കുറുക്കന്റെ ഉപദേശം കാക്കയമ്മയ്ക്ക് പുതിയ പ്രതീക്ഷകൾ നൽകി. കാക്കയമ്മ പേരാലിലുള്ള തന്റെ കൂടിന് സമീപത്തേക്ക് പറന്നു. പേരാലിന് അധികം അകലെയല്ലാത്ത ഒരു കുളത്തിന്റെ കരയിൽ കാക്കയമ്മ കാത്തിരുന്നു. കുറച്ചു കഴിഞ്ഞപ്പോൾ ഒരു സ്ത്രീ കുളിക്കാനായി അവിടെയെത്തി. കുളത്തിൽ വീണുപോകാതിരിക്കാനായി അവർ തന്നെ ആഭരണങ്ങൾ ഊരി കരയിൽ മറ്റ് വസ്ത്രങ്ങളോടൊപ്പം വച്ചു. അവർ തുണി നനയ്ക്കാൻ തുടങ്ങി. അപ്പോൾ കാക്ക തന്ത്രപൂർവ്വം അവരുടെ അരികിലെത്തി കരയിൽ ഊരിവച്ചിരുന്ന ഒരു മാല കൊത്തിയെടുത്ത ശേഷം മുകളിൽ റാകിപ്പറന്നു സ്ത്രീയുടെ ശ്രദ്ധ ആകർഷിച്ചു. മുകളിലേക്ക് നോക്കിയ സ്ത്രീ കണ്ടത് തന്റെ ആഭരണ

വുമായി മുകളിൽ ഒച്ചവെച്ച് വട്ടമിട്ട് പറക്കുന്ന കാക്കയമ്മയെ ആണ്.

അവർ ഉറക്കെ ബഹളം വച്ചു. തൊട്ടടുത്ത പാടത്ത് കൃഷിപ്പണിയിൽ ഏർപ്പെട്ടിരുന്നവർ സ്ത്രീയുടെ ബഹളം കേട്ട് കുളക്കരയിൽ എത്തി. അവർ കർഷകർക്ക് കാക്കയമ്മയെ കാട്ടിക്കൊടുത്തു. തന്റെ മാല കൊത്തിയെടുത്ത് പറക്കുന്ന വിവരവും അറിയിച്ചു. വടിയും കല്ലുമായി കർഷകർ കാക്കയമ്മയുടെ പിറകെ കൂടി. കാക്കയമ്മ തന്ത്രപൂർവ്വം അരയാലിനടുത്തേക്ക് പറന്ന് മാല പാമ്പിന്റെ പൊത്തിൽ നിക്ഷേപിച്ചു. പിന്തുടർന്ന് വന്ന കർഷകർ പൊത്തിൽനിന്നും മാലയെടുക്കാൻ ശ്രമിക്കവെ സർപ്പം പുറത്ത് ചാടി. ഒന്ന് പകച്ചെങ്കിലും അവർ അപ്പോൾ തന്നെ അതിനെ തല്ലിക്കൊന്ന് മാലയുമായി മടങ്ങി. കാക്കയമ്മ കുറുക്കനെ നന്ദിപൂർവ്വം സ്മരിച്ചു. പേരാലിൻ കൊമ്പിലിരുന്ന് സന്തോഷപൂർവ്വം കാ...കാ...കാ എന്ന് നീട്ടിവിളിച്ചു.

കൂട്ടുകാരേ, ഈ കഥയിൽനിന്നും നിങ്ങൾക്ക് എന്താണ് മനസ്സിലായത്? ബുദ്ധിയുണ്ടെങ്കിൽ ഏത് ആപത്തിനെയും മറികടക്കാൻ നമുക്ക് സാധിക്കും എന്ന് ഇപ്പോൾ മനസ്സിലായില്ലേ?

മൂന്ന് മത്സ്യങ്ങളുടെ കഥ

വരുന്നത് വരട്ടെ എന്ന് കരുതി ജീവിക്കുന്നത് നല്ലതാണോ? അത്തരക്കാർക്ക് എന്ത് സംഭവിക്കും എന്ന് നിങ്ങൾ ആലോചിച്ചിട്ടുണ്ടോ? ചിലപ്പോൾ അവർ ജീവിതവിജയങ്ങൾ നേടിയേക്കാം. പക്ഷേ, മിക്കപ്പോഴും പരാജയവും കഷ്ടപ്പാടും ചിലപ്പോൾ സർവ്വനാശവും തന്നെയാണ് അവരെ കാത്തിരിക്കുന്നത് എന്ന് അനുഭവങ്ങൾ തെളിയിക്കുന്നു. എന്നാൽ ഭാവിയെ കരുതി, വിവേകത്തോടെ പ്രവർത്തിക്കുന്നവർക്ക് ഇത്തരം ആപത്തുകളിൽ നിന്നും ഒരു പരിധിവരെയെങ്കിലും രക്ഷനേടാൻ സാധിക്കും.

ഈ തത്ത്വത്തിനുള്ള നല്ല ഉദാഹരണമാണ് ഒരു കുളത്തിൽ ജീവിച്ചിരുന്ന മൂന്ന് മത്സ്യങ്ങളുടെ കഥ.

ഒരിടത്തൊരിടത്ത് മനോഹരമായ ഒരു കുളമുണ്ടായിരുന്നു. ചുറ്റുമുള്ള സസ്യജാലങ്ങൾ നൽകുന്ന കുളിർമ്മ. സമൃദ്ധമായ ജലം. ധാരാളം ഭക്ഷണം. ഈ കുളത്തിൽ മത്സ്യങ്ങൾ തിമിർത്ത് വാണു. അവർ കളിച്ചുല്ലസിച്ച് കുളിർ ജലത്തിൽ നീന്തിത്തുടിച്ചു. കൂട്ടത്തിൽ മൂന്ന് മീനുകൾ അടുത്ത സുഹൃത്തുക്കളായിരുന്നു. അവർ കുളത്തിലെ ജീവിതം വളരെ ആസ്വദിച്ചിരുന്നു.

ഒന്നാമത്തെ മത്സ്യം: ഈ കുളം ഒരു സ്വർഗ്ഗം തന്നെ. എത്ര മനോഹരമാണ് ഇവിടുത്തെ ജീവിതം.

രണ്ടാമൻ: സത്യം തന്നെ. ഈ തണലിലും തണുപ്പിലും

ജീവിതം എത്ര സുഖകരമാണ്.

മൂന്നാമൻ: തീർച്ചയായും. എന്നും നമുക്കിവിടെ ജീവിച്ചാൽ മതിയായിരുന്നു.

നിർഭാഗ്യകരമെന്ന് പറയട്ടെ. അവരുടെ സന്തോഷത്തിന്റെ നാളുകൾക്ക് അധികം ആയുസ്സുണ്ടായില്ല. ഒരു രാത്രി കുറച്ച് മുക്കുവർ കുളക്കരയിലൂടെ പോവുകയായിരുന്നു. മീനുകൾ വെള്ളത്തിൽ നീന്തിത്തുടിക്കുന്ന ശബ്ദം അവരുടെ ചെവികളിൽ അലയടിച്ചു. അവർ ശ്രദ്ധാപൂർവ്വം കുളത്തിലേക്ക് നോക്കി. (കരിലയ്ക്ക് മുകളിലൂടെ ആളുകൾ നടക്കുന്ന ശബ്ദം. മീനുകൾ വെള്ളത്തിൽ നീന്തിത്തുടിക്കുന്ന ശബ്ദം.)

മുക്കുവരിൽ ഒരാൾ: ശബ്ദം കേട്ടിട്ട് ഈ കുളത്തിൽ ധാരാളം മീനുകളുണ്ടെന്ന് തോന്നുന്നു.

രണ്ടാമൻ: ശരിയാണ്. അവ മദിച്ച് പുളയുന്ന ശബ്ദം കേട്ടില്ലേ? വല വീശിയാൽ കുശാലായി. ധാരാളം മീൻ കിട്ടും.

മൂന്നാമൻ: ഇപ്പോൾ ഒന്ന് ശ്രമിച്ച് നോക്കിയാലോ?

ഒന്നാമൻ: ഈ രാത്രിയിലോ? കുളമല്ലേ, മീനുകൾ എവിടേക്കും രക്ഷപ്പെടാൻ പോകുന്നില്ലല്ലോ? നാളെ പകൽ നമുക്ക് മടങ്ങിവരാം.

രണ്ടാമൻ: അതുശരിയാ. എന്നാൽ അങ്ങനെയാവട്ടെ. നാളെ നമുക്ക് കോളായിരിക്കും.

അവർ നടന്നകലുന്ന ശബ്ദം. എന്നാൽ ഇത് കേട്ടുകൊണ്ട് നമ്മുടെ മൂന്ന് സുഹൃത്തുക്കളിൽ ഒന്നാമൻ വെള്ളത്തിന് മുകളിൽ പതുങ്ങിക്കിടക്കുന്നുണ്ടായിരുന്നു. അവൻ പെട്ടെന്ന് തന്നെ കുളത്തിനടിയിലേക്ക് നീന്തി മറ്റ് മീനുകളെ വിളിച്ചുകൂട്ടി.

ഒന്നാമത്തെ മത്സ്യം: ഹേയ് കൂട്ടരേ, വലിയ അപകടമാണ് നമ്മെ കാത്തിരിക്കുന്നത്. നമ്മുടെ ജീവൻ അപകടത്തിലാണ്. എല്ലാവരും ഉടൻതന്നെ ഇവിടെ നിന്നും രക്ഷപ്പെടേണ്ടിയിരിക്കുന്നു.

മറ്റ് മത്സ്യങ്ങൾക്കൊന്നും എന്താണ് ഒന്നാമത്തെ മത്സ്യം പറയുന്നതെന്ന് മനസ്സിലായില്ല.

“നീ എന്താണ് പിച്ചും പേയും പറയുന്നത്,” എന്നവർ കൂട്ട

ത്തോടെ ചോദിച്ചു.

കരയിൽ മുക്കുവർ നടത്തിയ സംഭഷണം അണുവിട തെറ്റാതെ അവൻ മറ്റ് മീനുകളെ പറഞ്ഞു കേൾപ്പിച്ചു.

ഒടുവിൽ അവൻ പറഞ്ഞു: "നമുക്ക് അധികം സമയമില്ല. എത്രയും പെട്ടെന്ന് ഈ കുളത്തിൽനിന്നും രക്ഷപ്പെടണം."

"പക്ഷേ, എങ്ങനെ?" മറ്റു മീനുകൾ കൂട്ടത്തോടെ ആരാഞ്ഞു.

ഒന്നാമൻ: ഒരു വഴിയുണ്ട്. എന്റെ മുത്തശ്ശി എപ്പോഴും പറയുന്ന ഒരു കാര്യമുണ്ടായിരുന്നു. ഈ കുളത്തിന് അടിയിലൂടെ ഒരു ഉറവ ഒഴുകുന്നുണ്ടെന്നും അത് എത്തിച്ചേരുന്നത് മറ്റൊരു കുളത്തിലേക്കാണെന്നും മുത്തശ്ശി ഞങ്ങളെ ഓർമ്മിപ്പിക്കാറുണ്ടായിരുന്നു. അടിയന്തരഘട്ടത്തിൽ ആ മാർഗ്ഗം ഉപയോഗിച്ച് രക്ഷപ്പെടണമെന്നും മുത്തശ്ശി ഞങ്ങൾക്ക് മുന്നറിയിപ്പ് നൽകാറുണ്ടായിരുന്നു."

ഒന്നാമൻ തുടർന്നു. "രക്ഷപ്പെടാനുള്ള ഒരേയൊരു മാർഗ്ഗം അതാണ്. എത്രയും വേഗം നമുക്കാ ഉറവ കണ്ടുപിടിക്കണം. അതുവഴി നമുക്കവർക്കും രക്ഷപ്പെടാൻ സാധിക്കും. ഏതായാലും നേരം വെളുക്കുന്നതിന് മുമ്പ് വേണം." അവൻ ധൃതികൂട്ടി.

രണ്ടാമൻ: നല്ല സൂത്രം. അതുവഴി നമുക്ക് മുക്കുവരെ പറ്റിക്കാം. നമുക്ക് രക്ഷപ്പെടുകയും ചെയ്യാം. എന്നാൽ വേഗമാകട്ടെ. നമുക്ക് ആ ഉറവ കണ്ടുപിടിക്കാൻ ശ്രമിക്കാം. എല്ലാവരും തിരച്ചിൽ തുടങ്ങൂ."

പക്ഷേ, മൂന്നാമന് ആ പ്രശാന്തസുന്ദരമായ ആ കുളം വിട്ടു പോകാൻ മനസ്സില്ലായിരുന്നു. അവൻ മറ്റുള്ളവരോട് ചോദിച്ചു.

"ഹേയ് കൂട്ടരെ നിങ്ങൾ എന്തിനാണ് ഇങ്ങനെ തിരക്ക് കൂട്ടുന്നത്? ആരെങ്കിലും എന്തെങ്കിലും പറഞ്ഞതിന് പിന്നാലെ എടുത്ത് ചാടേണ്ടതുണ്ടോ? ഒന്നാലോചിച്ചു നോക്കൂ? എത്ര മനോഹരമാണ് ഈ കുളം. ഇതുപോലെ ഒരു കുളം മറ്റെവിടെയെങ്കിലും ഉണ്ടാകുമോ? നിങ്ങൾക്ക് ആർക്കെങ്കിലും യഥാർത്ഥത്തിൽ ഇവിടം വിട്ടുപോകുന്നത് ഇഷ്ടമാണോ? ഇനി പോയാൽത്തന്നെ നമ്മൾ ചെല്ലുന്ന കുളത്തിൽ വെള്ളവും ഭക്ഷണവുമൊക്കെ ഉണ്ടാവുമെന്ന് എന്താണ് ഉറപ്പ്? ഈ തണുപ്പ് അവിടെ ലഭിക്കുമെ

ന്ന് എന്താണ് ഉറപ്പ്? അതുകൊണ്ട് നമുക്ക് ഒന്നുകൂടി ആലോചിക്കാം."

രണ്ടാമൻ: "ഓ അതു ശരിയാണല്ലോ? അങ്ങനെ ഒരു പ്രശ്നം ഉള്ള കാര്യം ഞാൻ ആലോചിച്ചില്ല." പിന്നീട് ഒന്നാമന് നേരെ തിരിഞ്ഞ്, "നീ എന്ത് പറയുന്നു?"

ഒന്നാമൻ: കൂട്ടരേ, സംസാരിച്ച് നിൽക്കാനുള്ള സമയമല്ല ഇത്. കൂടുതൽ ആലോചിക്കാനും സമയമില്ല. ജീവനാണ് എല്ലാ സുഖസൗകര്യങ്ങളെക്കാളും വലുത്. ജീവൻ ബാക്കി നിന്നാൽ മറ്റുള്ളതെല്ലാം നമുക്കിനിയും കണ്ടെത്താം. ഇപ്പോൾ നമുക്ക് രക്ഷപ്പെടാൻ ശ്രമിക്കാം. മുക്കുവന്മാർ എത്തുന്നതിന് മുമ്പ് രക്ഷപ്പെട്ടില്ലെങ്കിൽ നാം കൂട്ടത്തോടെ ചത്തൊടുങ്ങും.

മൂന്നാമൻ പക്ഷേ, തന്റെ തീരുമാനത്തിൽനിന്നും പിന്മാറാൻ തയ്യാറായിരുന്നില്ല. "ഹ, ഹാ, ഹാ. എടോ താൻ എന്തൊക്കെയാണ് ഈ പറയുന്നത്? മുക്കുവന്മാരെ താൻ കണ്ടതിന് വല്ല തെളിവുമുണ്ടോ? എല്ലാവരെയും ഈ സുന്ദരമായ കുളത്തിൽ നിന്നും ഓടിക്കുന്നത് കൊണ്ട് നിനക്ക് മറ്റ് വല്ല നേട്ടവുമുണ്ടോ?"

"ദയവായി ഞാൻ പറയുന്നത് വിശ്വസിക്കൂ. അവർ വലയും തൂക്കിപ്പോകുന്നത് ഞാൻ എന്റെ കണ്ണുകൊണ്ടു കണ്ടതാ. അവർ പറയുന്നതെല്ലാം ഞാൻ കേൾക്കുകയും ചെയ്തു. അതുകൊണ്ട് എത്രയും വേഗം നമുക്ക് രക്ഷപ്പെടണം. ഒട്ടും സമയമില്ല. അതുകൊണ്ട് കൂട്ടരേ നമുക്ക് അതിവേഗത്തിൽ ആ ഉറവ തിരയാം." ഒന്നാമൻ ആകുലതയോടെ പറഞ്ഞു.

മൂന്നാമൻ: ചങ്ങാതിമാരേ, ഇവനെന്തോ സ്വപ്നം കണ്ടതാണെന്ന് തോന്നുന്നു. അല്ലെങ്കിൽ മറ്റാരും കേൾക്കാത്തത് ഇവൻ മാത്രം എങ്ങനെ കേട്ടു?

അക്ഷമയോടെ ഒന്നാമൻ: ഏതായാലും ഞാൻ പോവുകയാണ്. എന്റെ കൂടെ വരുന്നവർക്ക് വരാം. ഏതായാലും ഞാൻ കേട്ട കാര്യം നിങ്ങളോട് പറഞ്ഞുകഴിഞ്ഞു.

രണ്ടാമൻ: ഞാനുണ്ട് നിന്റെ കൂടെ.

ഒരു സംഘം മത്സ്യങ്ങൾ: ഞങ്ങളുമുണ്ട്, ഞങ്ങളുമുണ്ട് എന്ന് അലറിവിളിച്ചു.

മൂന്നാമൻ: പോകുന്നവർ പൊയ്ക്കോ. പക്ഷേ, ഈ സുഖപ്രദമായ കുളം വിട്ട് ഞാനെങ്ങോട്ടുമില്ല.

മറ്റൊരു സംഘം മത്സ്യങ്ങൾ: ഞങ്ങളുമില്ല

ഇതോടെ കുളത്തിലെ മത്സ്യങ്ങൾ രണ്ട് വിഭാഗങ്ങളായി തിരിഞ്ഞു. സുഖത്തിലും ദുഃഖത്തിലും ഒരുമിച്ച് കഴിഞ്ഞവരായിരുന്നു അവർ. കുളം വിടാൻ തീരുമാനിച്ച സംഘം ഒന്നാമന്റെ നേതൃത്വത്തിൽ വേഗം ചാല് കണ്ടെത്തി. ഓരോരുത്തരായി അതുവഴി രക്ഷപ്പെട്ടു.

മറുവിഭാഗം പരിഹാസച്ചിരിയോടെ എല്ലാം നോക്കി നിന്നു. എന്നാൽ അവരുടെ പരിഹാസം അധികം നേരം നീണ്ടുനിന്നില്ല. പിറ്റേന്ന് അതിപ്രഭാതത്തിൽത്തന്നെ വലയും മറ്റ് ഉപകരണങ്ങളുമായി മുക്കുവർ മടങ്ങിയെത്തി. മനോഹരമായ കുളത്തിൽ അവർ വല വിരിച്ചു. ചാൽ അടച്ചുകൊണ്ടാണ് വല വിരിച്ചത്. നല്ലൊരു ഭാഗം മത്സ്യങ്ങൾ ആദ്യം തന്നെ അവരുടെ വലയിൽ വീണു. ചിലർ രക്ഷപ്പെടാനുള്ള അവസാനത്തെ ശ്രമമെന്ന നിലയിൽ ചാൽ കണ്ടെത്താൻ ശ്രമിച്ചെങ്കിലും വൈകിപ്പോയിരുന്നു. ഒരു മീനിനെ പോലും കുളത്തിൽ അവശേഷിപ്പിക്കാതെയാണ് മുക്കുവർ മടങ്ങിയത്.

തക്ക സമയത്ത് പ്രവർത്തിച്ചില്ലെങ്കിൽ എന്താണ് ഫലമെന്ന് ഇപ്പോൾ മനസ്സിലായില്ലെ? ഒന്നും വരുന്നതുപോലെ വരട്ടെ എന്ന് കരുതി കാത്തിരിക്കരുത്. ജീവിതം നൽകുന്ന സൂചനകൾക്കനുസരിച്ച് ഭാവി സുരക്ഷിതമാക്കുന്നതിനായി പരിശ്രമിക്കുകയാണ് വേണ്ടത്.

ഭാസുരൻ എന്ന സിംഹം

ബുദ്ധിയും ശക്തിയും തമ്മിൽ മത്സരിച്ചാൽ ജയം ആർക്കായിരിക്കും കൂട്ടുകാരെ? ഒന്ന് ആലോചിച്ചു നോക്കൂ. ബലവാനും ബുദ്ധിമാനും തമ്മിൽ മത്സരിച്ചാൽ ആര് ജയിക്കുമെന്നാണ് നിങ്ങളുടെ അഭിപ്രായം? ചോദ്യം രസകരമാണെങ്കിലും ഉത്തരം അത്ര ലളിതമല്ല. നമുക്കേതായാലും ബലവാനായ സിംഹത്തിന്റെയും ബുദ്ധിമാനായ ഈ മുയലിന്റെയും കഥയൊന്ന് ശ്രദ്ധിക്കൂ.

പണ്ടൊരു കാട്ടിൽ ഭാസുരൻ എന്ന ക്രൂരനായ ഒരു സിംഹം ജീവിച്ചിരുന്നു. ഭക്ഷണത്തിന് മാത്രമല്ല അനാവശ്യമായും പാവം മൃഗങ്ങളെ കൊന്നൊടുക്കുന്നതായിരുന്നു അവന്റെ വിനോദം. ദുർബ്ബലരായ മറ്റ് മൃഗങ്ങൾക്ക് അവനെ എതിരിട്ട് തോൽപ്പിക്കാനുള്ള ശേഷിയും ഉണ്ടായിരുന്നില്ല. അവൻ വേട്ടയ്ക്കിറങ്ങിയാൽ നിസ്സഹായരും നിരപരാധികളുമായ നിരവധി മൃഗങ്ങൾ ചത്തു വീഴുമെന്നുറപ്പ്. ഇങ്ങനെ പോയാൽ സർവ്വനാശമായിരിക്കും ഫലം. കാട്ടിൽ മൃഗങ്ങൾ ഒന്നും തന്നെ അവശേഷിക്കില്ല. എന്താണ് ഇതിനൊരു പ്രതിവിധി? മറ്റ് മൃഗങ്ങൾ നല്ല നേരം നോക്കി ഭാസുരനെ സമീപിച്ച് ഈ ക്രൂരത അവസാനിപ്പിക്കണമെന്ന് അപേക്ഷിച്ചു. എന്ത് ഫലം?

മഹാബലവാനും ക്രൂരനുമായ അവൻ ഇങ്ങനെ ആക്രോ

ശിച്ചു. "ഗർർ—ഗർർ—ഞാനാണ് ഈ കാട്ടിലെ രാജാവ്. ഇവിടുത്തെ മുഴുവൻ മൃഗങ്ങളും എന്റെ ദാസരാണ്. അതിനാൽ അവർ എന്റെ ഭക്ഷണവുമാണ്. എല്ലാവരെയും ഞാൻ കൊന്നു തിന്നും. ആരും രക്ഷപ്പെടാൻ ശ്രമിക്കേണ്ട. എല്ലാത്തിന്റെയും രുചി ഞാൻ മനസ്സിലാക്കുന്നുണ്ട്."

ദുഷ്ടനായ ഭാസുരനോട് അപേക്ഷിച്ചിട്ട് കാര്യമില്ലെന്ന് മറ്റ് മൃഗങ്ങൾക്ക് മനസ്സിലായി. പക്ഷേ, മൃഗങ്ങളെ ഇങ്ങനെ കൂട്ടത്തോടെ കൊല്ലാൻ വിടാനും പറ്റില്ല. വംശനാശം വന്നുപോകും. അപ്പോൾ എന്താണ് ഒരു പോംവഴി? അവർ കൂട്ടായി ആലോചിച്ചു. ഈ കാട്ടിലെ മൃഗങ്ങളെ രക്ഷിക്കാൻ എന്തുണ്ട് വഴി? ഒടുവിൽ അവർ സുചിന്തിതമായ ഒരു അഭിപ്രായത്തിൽ എത്തി. വേദനിപ്പിക്കുന്ന തീരുമാനമായിരുന്നെങ്കിലും അത് എല്ലാവരും അംഗീകരിച്ചു. ഓരോ ദിവസവും ഭാസുരന് ഭക്ഷണമാകാൻ ഒരു മൃഗം അവന്റെ ഗുഹയിൽ എത്തുക. പോകേണ്ട മൃഗത്തെ എല്ലാവരും കൂടി ഞറുക്കിട്ടെടുക്കും. ഭാസുരനെ ഒരു കാരണവശാലും വേട്ടയ്ക്കിറങ്ങാൻ അനുവദിക്കാതിരിക്കുക. അങ്ങനെയാവുമ്പോൾ കാട്ടിലെ മൃഗങ്ങൾ ഒന്നാകെ ചത്തൊടുങ്ങുന്നത് ഒഴിവാക്കാനാവും. തങ്ങളുടെ ഊഴം വരുന്നതുവരെ മറ്റ് മൃഗങ്ങൾക്ക് കാട്ടിൽ സ്വൈരമായി കഴിയാൻ സാധിക്കുമല്ലോ?

ആ തീരുമാനവുമായി ഒരു സംഘം മൃഗങ്ങൾ ഭാസുരനെ സമീപിച്ചു. തങ്ങളുടെ തീരുമാനം അറിയിച്ചു. ഒരു നിമിഷം ആലോചിച്ചതിനുശേഷം ഭാസുരൻ ഇങ്ങനെ പറഞ്ഞു:

"ശരി സമ്മതിച്ചു. പക്ഷേ, ഒരു ദിവസമെങ്കിലും ഭക്ഷണം എത്തിയില്ലെങ്കിൽ അന്ന് കാട്ടിലെ മുഴുവൻ മൃഗങ്ങളുടെയും അന്ത്യമായിരിക്കും."

"ഇല്ല, അങ്ങനെ വരില്ല. അങ്ങയുടെ ഭക്ഷണമാകാൻ ഓരോ ദിവസവും ഓരോ മൃഗം കൃത്യമായി എത്തിയിരിക്കും." പ്രതിനിധി സംഘത്തിലുള്ളവർ ഉറപ്പ് നൽകി. അങ്ങനെ പുതിയ പതിവ് നിലവിൽ വന്നു. എന്നും വൈകിട്ട് മൃഗങ്ങൾ ഒത്തുകൂടി ഒരു ബലിമൃഗത്തിനെ ഞറുക്കിട്ടെടുക്കും. അത് ഭാസുരന്റെ ഗുഹയിലേക്ക് അവന് ഭക്ഷണമായി പോകും. ഇതായിരുന്നു പതിവ്.

അങ്ങനെയിരിക്കെ ഒരു ദിവസം നമ്മുടെ മുയലിന്റെ ഊഴമെത്തി. പക്ഷേ, അവന് പോകാൻ മനസ്സുണ്ടായിരുന്നില്ല. സാമാന്യത്തിൽ കൂടുതൽ മരണഭയമുണ്ടെങ്കിലും നല്ല ബുദ്ധിമാനായിരുന്നു ആ ചെറിയ മുയൽ. അവന് സിംഹത്തിന്റെ ഗുഹയിലേക്ക് പോകാൻ താൽപ്പര്യമില്ലായിരുന്നെങ്കിലും കാട്ടിലെ പൊതു തീരുമാനമായതിനാൽ പോകാതിരിക്കാനും സാധിക്കില്ലായിരുന്നു. അങ്ങനെ അവൻ മനസ്സില്ലാമനസ്സോടെ സിംഹത്തിന്റെ ഗുഹയിലേക്ക് നടന്നു. മരണഭയം നല്ലവണ്ണമുള്ളതിനാൽ വളരെ സാവധാനമാണ് നടത്തം. പോകുന്ന വഴിയിൽ മുഴുവൻ രക്ഷപ്പെടാനുള്ള വഴികളാണ് ആലോചിച്ചുകൊണ്ടിരുന്നത്.

“എന്റെ ജീവിതം ഇന്ന് തീരും. ദൈവമേ... രക്ഷപ്പെടാൻ എന്തെങ്കിലും ഒരു വഴി കാണിക്കണേ.” അവൻ മനസ്സുരുകി പ്രാർത്ഥിച്ചു. അങ്ങനെ മുന്നോട്ട് പോകവെ മുന്നിൽ അതാ ഒരു പൊട്ടക്കിണർ. അവൻ അതിലേക്ക് നോക്കി. അൽപ്പം മാത്രം വെള്ളം ആഴങ്ങളിൽ കാണാം. അവൻ അങ്ങനെ കിണറിലേക്ക് നോക്കിനിൽക്കെ സാവധാനം നിലാവ് ഉയർന്ന് വന്നു. കുറച്ച് കഴിഞ്ഞപ്പോൾ ചന്ദ്രൻ വെള്ളത്തിൽ പ്രതിഫലിച്ചു. പെട്ടെന്ന് കുഞ്ഞൻ മുയലിന് ഒരു സൂത്രം ബുദ്ധിയിൽ തെളിഞ്ഞു.

ഉള്ളിൽ രക്ഷപ്പെടാനുള്ള ആശയം തെളിഞ്ഞതോടെ കുഞ്ഞു മുയലിന്റെ നടത്തം വേഗത്തിലായി. അവൻ ഭാസുരന്റെ ഗുഹയുടെ മുന്നിലെത്തി. പതിവായി എത്തുന്ന സമയത്ത് ഇരയെത്താത്തതിൽ കോപാകുലനായി ഇരിക്കുകയായിരുന്നു ഭാസുരൻ. വിശപ്പ് സഹിക്കാൻ പറ്റാതെ അവൻ അലറുന്നുണ്ടായിരുന്നു. കുഞ്ഞൻ മുയലിനെ കണ്ടതും അവൻ കോപംകൊണ്ട് അമറി.

“ഗർർ......എടാ മുയൽ ചെക്കാ, നീയെന്നെ കബളിപ്പിക്കാൻ ശ്രമിച്ചു. നേരം സന്ധ്യയാകാറായി. എനിക്ക് വിശക്കുമെന്ന് നിനക്കറിയില്ലേ? നീ പതിവ് സമയത്ത് എത്തിയില്ല. അതിന് പ്രതികാരമായി ഞാൻ നിന്നെയും കൊന്ന് തിന്നും, ഈ കാട്ടിലെ സകല എണ്ണത്തിനെയും കൊല്ലും. ഇന്ന് എല്ലാവന്റെയും അന്ത്യമാണ്. ഗർഗർഗർ....”

മുയൽ പറഞ്ഞു: "ക്ഷമിക്കണം മഹാപ്രഭോ. അങ്ങ് അങ്ങനെ പറയരുത്. ഞാനും ഈ കാട്ടിലെ മറ്റ് മൃഗങ്ങളും പാവങ്ങളാണ്. ദയവായി അവരെ ദ്രോഹിക്കരുത്. അങ്ങേയ്ക്ക് ഭക്ഷണമാവാൻ ഞാനും മറ്റ് നാല് മുയലുകളും സമയത്ത് തന്നെ ഇങ്ങോട്ട് പുറപ്പെട്ടതാണ്. പക്ഷേ, ഞങ്ങൾ ഇങ്ങോട്ട് ഓടി വരുന്നതിനിടയ്ക്കാണ് അവൻ... അതേ അവൻ ഞങ്ങളെ കണ്ടത്."

"അവനോ, ആരാണവൻ," ഭാസുരൻ ഗർജ്ജിച്ചു.

മുയൽ: പ്രഭോ എനിക്ക് അങ്ങയോട് അത് പറയാൻ ഭയമാണ്. എന്നാലും പറയാതിരിക്കാനാവില്ലല്ലോ. മറ്റൊരു സിംഹം മഹാപ്രഭോ. മഹാബലവാനായ മറ്റൊരു സിംഹം. ഇങ്ങോട്ട് വരുന്ന വഴിക്കുള്ള ഒരു കോട്ടയിലാണ് അവന്റെ താമസം. അവൻ ഞങ്ങളെ തടഞ്ഞു നിറുത്തി. ഞങ്ങൾ അങ്ങേയ്ക്ക് ഭക്ഷണമാകാൻ പോവുകയാണെന്ന് പറഞ്ഞപ്പോൾ അവൻ പൊട്ടിച്ചിരിച്ചു. അങ്ങയെ പരിഹസിച്ചു. എന്നിട്ട് എന്നോടൊപ്പം വന്ന നാലു പേരെയും അവിടെ തടഞ്ഞുവച്ചിരിക്കുകയാണ്. അങ്ങയെ വിളിച്ചുകൊണ്ട് ചെല്ലണം എന്ന് പറഞ്ഞാണ് എന്നെ വിട്ടത്. ആരാണ് കൂടുതൽ ബലവാനെന്ന് അവന് അറിയണമത്രെ. അങ്ങയെ നിഷ്പ്രയാസം തോൽപ്പിക്കുമെന്നും അതിന് ശേഷം ഞങ്ങൾ അഞ്ചുപേരെയും ഒറ്റയ്ക്ക് തിന്നുമെന്നുമാണ് ആ മുഷ്കന്റെ വെല്ലുവിളി."

ഭാസുരൻ കോപത്താൽ ജ്വലിച്ചു. "എവിടെ അവൻ? അവനെ തോൽപ്പിക്കാതെ എനിക്കിനി സമാധാനമില്ല. അവൻ തന്നെയാവട്ടെ ഇന്നത്തെ നമ്മുടെ ആദ്യ ഇര."

"പക്ഷേ, പ്രഭോ, അവൻ ഭൂമിക്കടിയിലെ കോട്ടയിലാണ് താമസം. അവനെ തോൽപ്പിക്കുക പ്രയാസമാണ്." മുയൽ താഴ്മയോടെ ഉണർത്തിച്ചു.

"ഏത് കോട്ടയിലാണെങ്കിലും ഈ നിമിഷം എന്നെ അവന്റെ മുന്നിൽ എത്തിക്കൂ." ഭാസുരൻ വീണ്ടും രോഷാകുലനായി.

മുയൽ മുന്നിലും ഭാസുരൻ പിന്നിലുമായി അവർ പൊട്ടക്കിണറിന് അരികിലേക്ക് നടന്നു. അവർ കിണറ്റിൻ കരയിലെത്തി.

“പ്രഭോ, ഇതാണ് അവന്റെ കോട്ട. അവൻ അതിന്റെ ആഴങ്ങളിൽ ഒളിച്ചിരിക്കുകയാണെന്ന് തോന്നുന്നു. നോക്കിയാലും.”

ഭാസുരൻ കിണറ്റിലേക്ക് കുനിഞ്ഞു നോക്കി. അതാ ഇത്തിരി വെള്ളത്തിൽ മറ്റൊരു സിംഹം. അത് തന്റെ തന്നെ പ്രതിബിംബമാണെന്ന് തിരിച്ചറിയാൻ മണ്ടനായ ഭാസുരന് സാധിച്ചില്ല. “എന്ത് ഈ കാട്ടിൽ വേറൊരു സിംഹമോ?” ഭാസുരൻ കോപം കൊണ്ട് അലറി. അപ്പോൾ കിണറ്റിലെ സിംഹം അതിലും ഉച്ചത്തിൽ തിരിച്ചലറി. അത് തന്റെ ശബ്ദത്തിന്റെ പ്രതിധ്വനിയാണെന്നും ഭാസുരന് മനസ്സിലായില്ല. പിന്നെ താമസിച്ചില്ല. ശത്രുവിന്റെ കോട്ടയാണെന്ന് കരുതി ഭാസുരൻ കിണറ്റിലേക്ക് എടുത്ത് ചാടി. അതോടെ ദുഷ്ടനായ ഭാസുരന്റെ കഥയും കഴിഞ്ഞു. അതോടെ ഭാസുരന്റെ ക്രൂരതകളിൽനിന്നും കാട്ടിലെ എല്ലാ മൃഗങ്ങൾക്കും രക്ഷയായി. ഈ സന്തോഷ വാർത്ത കേട്ട് കാട്ടിലെ മറ്റ് മൃഗങ്ങൾ ആഹ്ലാദനൃത്തം ചവിട്ടി. അവർ കുഞ്ഞൻ മുയലിനെ അനുമോദിച്ചു.

ഇപ്പോൾ മനസ്സിലായില്ലെ ബുദ്ധിയുടെ ശക്തി. ബുദ്ധി ഉണ്ടായാൽ മാത്രം പോര അവ വേണ്ട സമയത്ത് പ്രയോഗിക്കാൻ കൂടി ശ്രദ്ധിക്കണം കൂട്ടുകാരേ.

കഥനകൻ എന്ന ഒട്ടകം

ദുർജ്ജനങ്ങളോട് കൂട്ടുകൂടിയാൽ പല അനർത്ഥങ്ങളും സംഭവിക്കാം. ഇത്തരത്തിലുള്ള കൂട്ടുകാർ ചിലപ്പോൾ നമ്മെ ചതിയിൽപ്പെടുത്തിയെന്ന് വരാം. അല്ലെങ്കിൽ ഒരുപക്ഷേ, ജീവൻ തന്നെ അപഹരിച്ചുവെന്നും വരാം. കഥനകൻ എന്ന ഒട്ടകത്തിന്റെ കഥ നമ്മെ പഠിപ്പിക്കുന്നത് ഈ തത്ത്വമാണ്.

ഒരു വ്യാപാരസംഘത്തിലെ അംഗമായിരുന്നു കഥനകൻ. ഒരിക്കൽ ഒരു യാത്രയ്ക്കിടെ ഒരു വനത്തിൽ വച്ച് അവൻ കൂട്ടം തെറ്റിപ്പോയി. ഘോരവനമായിരുന്നു അത്. വഴി തെറ്റിയപ്പോൾ ആദ്യം ഒന്ന് ഭയന്നെങ്കിലും കാട്ടിലെ ധാരാളം പച്ചപ്പും മറ്റും കണ്ടപ്പോൾ അവന്റെ മനസ്സൊന്ന് തണുത്തു. തനിക്ക് സ്വാതന്ത്ര്യം ലഭിച്ചതായി അവന് തോന്നി. ഇനി ചുമടൊന്നുമെടുക്കാതെ സ്വസ്ഥമായി ഭക്ഷണം കഴിച്ച് ജീവിക്കാം. അവൻ മനക്കോട്ട കെട്ടി.

മദോൽക്കടൻ എന്ന സിംഹമായിരുന്നു ആ കാട്ടിലെ രാജാവ്. മദോൽക്കടന് മൂന്ന് ഉറ്റ അനുചരന്മാരാണ് ഉണ്ടായിരുന്നത്. ഒരു കുറുക്കൻ, ഒരു കാക്ക, ഒരു കടുവ. അവരായിരുന്നു കാട് ഭരിച്ചിരുന്നത്.

അങ്ങനെയിരിക്കെ, ഒരു ദിവസം കാട്ടിൽ സഞ്ചരിക്കുന്നതിനിടയിൽ സിംഹവും സംഘവും ഒട്ടകത്തെ കണ്ടു. അതുവരെ

കണ്ടിട്ടില്ലാത്ത ഒരു മൃഗത്തെ കണ്ടപ്പോൾ മദോൽക്കടൻ ഒന്ന് വിരണ്ടു. നല്ല ഉയരവും കരുത്തുറ്റ ശരീരവും കണ്ടപ്പോൾ സത്യത്തിൽ സിംഹം ഭയന്നുപോയി. പക്ഷേ, നാടും കാടും ഒരുപോലെ അറിയാവുന്ന കാക്ക ഇങ്ങനെ ആശ്വസിപ്പിച്ചു, “മഹാരാജൻ, ഇവൻ സാധു. ഒട്ടകം എന്ന് പേരുള്ള ഒരു മൃഗമാണത്. മാംസത്തിന് നല്ല രുചിയാണ്. എത്രയും വേഗം കൊന്ന് നമുക്ക് ഭക്ഷണമാക്കാം.”

“അങ്ങനെയോ. പക്ഷേ, എന്റെ രാജ്യത്തേക്ക് അതിഥിയായി വന്നവരെ എങ്ങനെയാണ് ഞാൻ കൊല്ലുക? അത് നല്ലതല്ല. അവന് അഭയം നൽകി എന്റെ അടുത്തേക്ക് കൂട്ടിക്കൊണ്ടുവരിക.” രാജാവ് ഉത്തരവിട്ടു.

സിംഹത്തിന്റെ അനുചരന്മാർ ഒട്ടകത്തെ രാജസന്നിധിയിലേക്ക് കൂട്ടിക്കൊണ്ടുവന്നു.

“വരൂ, നീയാണല്ലെ ഒട്ടകം? കണ്ടതിൽ സന്തോഷം. ഇനിയുള്ള കാലം ഈ കാട്ടിൽ നിനക്ക് സന്തോഷമായി കഴിയാം. ഒരു ബുദ്ധിമുട്ടും ഉണ്ടാകില്ല. ഇനി മനുഷ്യരുടെ വിഴുപ്പ് ചുമന്ന് കഷ്ടപ്പെടേണ്ടതില്ല.” രാജാവ് ഒട്ടകത്തോട് പറഞ്ഞു.

കഥനകന് വളരെ ആശ്വാസവും സന്തോഷവുമായി. അവൻ രാജാവിന്റെ അനുചരന്മാരിൽ ഒരാളായി, ആ കാട്ടിൽ സന്തോഷത്തോടെ ജീവിച്ചു. എന്നാൽ ആ സ്വൈരജീവിതത്തിന് അധികം ആയുസ്സുണ്ടായില്ല. ഒരു ദിവസം മദോൽക്കടന് ഒരു ഒറ്റയാനുമായി ഇടയേണ്ടി വന്നു. ഇരുവരും തമ്മിലുള്ള പോരാട്ടത്തിൽ മദോൽക്കടന് സാരമായി പരുക്കേറ്റു. ഇരതേടാൻ പോലും വയ്യാത്ത വിധത്തിൽ രാജാവ് കിടപ്പിലായി. ഇതോടെ അനുചരന്മാരും പരുങ്ങലിലായി. രാജാവും സംഘവും പട്ടിണികൊണ്ട് വലഞ്ഞു. അത്ര എളുപ്പം വേട്ടയാടിപ്പിടിക്കാൻ പറ്റിയ മൃഗങ്ങളൊന്നും കാട്ടിൽ ഉണ്ടായിരുന്നില്ല.

പ്രശ്നം ഗുരുതരമായതോടെ അനുചരന്മാർ മൂവരും കൂടിയാലോചന നടത്തി. കുറുക്കന്റെ ദുഷ്ടബുദ്ധി ഉണർന്ന് പ്രവർത്തിച്ചു. “ഇന്നത്തെ സാഹചര്യത്തിൽ നമുക്ക് ഏറ്റവും എളുപ്പം ഒട്ടകത്തെ കൊന്നു തിന്നുക എന്നതാണ്.” അവൻ മറ്റുള്ളവരോട് പറഞ്ഞു.

കാക്ക: കാര്യം നല്ലതുതന്നെ, പക്ഷേ, സിംഹരാജൻ അവന് അഭയം നൽകിയിരിക്കുകയല്ലേ. അവനെ കൊല്ലാൻ അദ്ദേഹം സമ്മതിക്കില്ല.

കുറുക്കൻ: അക്കാര്യം എനിക്ക് വിട്ടേക്ക്. സിംഹരാജനെ കൊണ്ടുതന്നെ അവനെ കൊല്ലിക്കുന്ന കാര്യം ഞാൻ ഏറ്റു.

അതിൻ പ്രകാരം മൂവരും സിംഹരാജന്റെ സന്നിധിയിലെത്തി.

രാജാവിനോട് കുറുക്കൻ താഴ്മയായി ഇങ്ങനെ ഉണർത്തിച്ചു. "രാജൻ, അങ്ങേയ്ക്ക് ഭക്ഷണം തേടി ഞങ്ങൾ അലയാത്ത ഇടമില്ല. പക്ഷേ, നിരാശയായിരുന്നു ഫലം. ഞങ്ങളുടെ ശക്തിയുപയോഗിച്ച് അങ്ങേയ്ക്ക് ഭക്ഷണം കണ്ടെത്താൻ സാധിക്കും എന്ന് തോന്നുന്നില്ല. കഥനകനെ കൊന്നു തിന്നുകയല്ലാതെ നമ്മുടെ മുന്നിൽ മറ്റ് മാർഗ്ഗങ്ങളൊന്നും അവശേഷിക്കുന്നില്ല."

സിംഹരാജൻ അസ്വസ്ഥനായി, ഇങ്ങനെ പറഞ്ഞു. "എന്ത്? അഭയം നൽകിയ ഒരുവനെ നാം കൊല്ലുകയോ? അതൊരിക്കലും സംഭവ്യമല്ല. മഹാപാപമാണത്."

കുറുക്കൻ: അങ്ങനെയല്ല പ്രഭോ. രാജാവിന് എന്തെങ്കിലും ദോഷം സംഭവിച്ചാൽ കാട് തന്നെയില്ലാതാവും. അതിനാൽ ആരെങ്കിലും ജീവത്യാഗം ചെയ്ത് രാജാവിന് ഭക്ഷണമായേ പറ്റൂ. അങ്ങയുടെ ജീവൻ രക്ഷിക്കുന്നതിന് തയ്യാറായി സ്വയം ജീവൻ അർപ്പിക്കാൻ കഥനകൻ മുന്നോട്ട് വന്നാൽ അത് സ്വീകരിക്കുന്നതിൽ അങ്ങേയ്ക്ക് ബുദ്ധിമുട്ടില്ലല്ലോ? അപ്പോൾ അവനെ കൊന്ന് അവന്റെ മാംസം ഭക്ഷിച്ച് അങ്ങേയ്ക്കും ഞങ്ങൾക്കും ജീവൻ നിലനിറുത്താൻ സാധിക്കും.

"അവൻ അങ്ങനെ മുന്നോട്ട് വന്നാൽ നമുക്കത് സ്വീകരിക്കേണ്ടി വരും. മറ്റ് മാർഗ്ഗങ്ങളൊന്നും നമ്മുടെ മുന്നിൽ ഇല്ലല്ലോ." മനസ്സില്ലാമനസ്സോടെ രാജാവ് തന്റെ അഭിപ്രായം പറഞ്ഞു.

കുറുക്കനും കാക്കയും കടുവയും മാറി നിന്ന് കൂടിയാലോചന നടത്തി. കുറുക്കൻ തന്റെ തന്ത്രം മറ്റുള്ളവരോട് വെളിപ്പെടുത്തി. അതനുസരിച്ച് അവർ രാജാവിന്റെ നാലാമത്തെ അനുചരനായി അതിനകം മാറിക്കഴിഞ്ഞിരുന്ന കഥനകനെ കൂടി വിളിച്ചുവരുത്തി.

കുറുക്കനാണ് സംഭാഷണം ആരംഭിച്ചത്. അവൻ ഇങ്ങനെ പറഞ്ഞു: "ചങ്ങാതിമാരെ, ഈ കാടിന്റെ മഹാരാജൻ മരണശയ്യയിലാണ്. അദ്ദേഹം പട്ടിണി കിടന്നു മരിക്കുന്ന അവസ്ഥയാണുള്ളത്. അതിന് നമ്മൾ അനുവദിച്ചുകൂടാ. ആ ജീവൻ രക്ഷിക്കുന്നതിനായി നാം ഓരോരുത്തരും അദ്ദേഹത്തിന് ഭക്ഷണമാവാൻ പോലും തയ്യാറാവേണ്ട സന്ദർഭമാണിത്. അദ്ദേഹത്തിന് വേണ്ടി നാം ജീവത്യാഗത്തിന് തയ്യാറാവണം."

നേരത്തെ നിശ്ചയിച്ചിരുന്നതുപോലെ കാക്കയും കടുവയും പെട്ടെന്ന് തന്നെ തങ്ങളുടെ സമ്മതം അറിയിച്ചു. കഥയറിയാതെ കഥനകനും തന്റെ സമ്മതം അറിയിച്ചു. അവർ രാജസന്നിധിയിലെത്തി.

മഹാരാജൻ ക്ഷീണിതനായി വിശ്രമിക്കുകയായിരുന്നു. ആ കിടപ്പ് കണ്ട് കഥനകന് ഉള്ളിൽ അതിയായ വിഷമം തോന്നി. തന്നെ രക്ഷിക്കുകയും സംരക്ഷണം തരികയും ചെയ്ത വ്യക്തിയാണ്. അദ്ദേഹത്തിന്റെ ജീവൻ രക്ഷിക്കേണ്ടത് തന്റെ കടമയാണെന്ന് കഥനകൻ മനസ്സിൽ ഉറപ്പിച്ചു.

കുറുക്കൻ രാജാവിനോട് ഇങ്ങനെ പറഞ്ഞു: "മഹാരാജൻ അങ്ങയുടെ ഈ കിടപ്പ് കണ്ടിട്ട് ഞ്ങ്ങൾക്ക് സഹിക്കുന്നില്ല. അങ്ങയെ രക്ഷിക്കേണ്ടത് അനുചരന്മാരായ ഞങ്ങളുടെ ചുമതലയാണ്. അതിനായി സ്വന്തം ജീവൻ പോലും ബലിയർപ്പിക്കാൻ തയ്യാറായാണ് ഞങ്ങൾ എത്തിയിരിക്കുന്നത്."

"കാടാകെ തിരഞ്ഞിട്ടും അങ്ങേയ്ക്ക് ആഹാരമായി ഒരു ജീവിയെപോലും എത്തിക്കാൻ ഞങ്ങൾക്ക് സാധിച്ചില്ല. അതിനാൽ അങ്ങ് എന്നെ തിന്ന് വിശപ്പടക്കുക," എന്ന് പറഞ്ഞ് കുറുക്കനെ കാക്ക പിന്താങ്ങി.

അപ്പോൾ കുറുക്കൻ പറഞ്ഞു, "ഇല്ല, ഒരു കാക്കയുടെ ഇറച്ചികൊണ്ട് മഹാരാജാവിന്റെ വിശപ്പടങ്ങില്ല. ദയവായി എന്നെ ഭക്ഷണമാക്കിയാലും."

അപ്പോൾ കടുവ ഇടപെട്ടു. "നീയും എത്ര ചെറുതാണ്. മാത്രമല്ല, നഖങ്ങൾ കൊണ്ട് വേട്ടയാടുന്ന ജന്തുവിനെ തിന്നരുതെന്നുമുണ്ട്. അതിനാൽ രാജൻ, ഇതാ എന്നെ ഭക്ഷിക്കൂ."

അതുവരെ നിശ്ശബ്ദനായിരുന്ന കഥനകൻ അപ്പോൾ ഇങ്ങനെ പറഞ്ഞു: "കടുവേ നീയും നഖം കൊണ്ട് വേട്ടയാടുന്നവനാണല്ലോ. ഇവിടെ അങ്ങനെയല്ലാത്ത ഒരേയൊരാൾ ഞാൻ മാത്രമാണ്. മാത്രമല്ല, എന്റെ ശരീരത്തിൽ ധാരാളം മാംസവുമുണ്ട്. മൃഗരാജന് വിശപ്പടക്കാൻ അത് ധാരാളമായിരിക്കും. ആയതിനാൽ പ്രഭോ, ദയവായി എന്നെ ഭക്ഷണമാക്കിയാലും."

ഇത് കേൾക്കേണ്ട താമസം, കടുവയും കുറുക്കനും കാക്കയും കഥനകന്റെ മുകളിലേക്ക് ചാടിവീണു. നിമിഷങ്ങൾക്കകം അവൻ മദോൽക്കടനും അനുചരന്മാർക്കും ഭക്ഷണമായി ത്തീർന്നു.

ആളുകളെ അന്ധമായി വിശ്വസിക്കുകയും വീണ്ടുവിചാരമില്ലാതെ അവരെ ചങ്ങാതികളാക്കുകയും ചെയ്താൽ നമ്മുടെ ഗതിയും ഇതുതന്നെയായിരിക്കും എന്ന് ഇപ്പോൾ മനസ്സിലായില്ലെ ചങ്ങാതിമാരേ?

കുരങ്ങനും മുതലയും

നല്ല കൂട്ടുകാരെ തെരഞ്ഞെടുക്കുന്നതിൽ നമ്മൾ എല്ലായ്പ്പോഴും വലിയ ശ്രദ്ധ നൽകേണ്ടിയിരിക്കുന്നു. അവർ ഏത് തരക്കാരാണ്, മറ്റുള്ളവരോട് എങ്ങനെയാണ് പെരുമാറുന്നത് എന്നെല്ലാം നിരീക്ഷിച്ചതിനുശേഷം മാത്രമേ അവരെ നമ്മുടെ ചങ്ങാതിമാരാക്കാവൂ. അല്ലെങ്കിൽ ചാമ്പമരത്തിലെ കുരങ്ങന്റെ ഗതി നമുക്കും വരും. ആ കഥ ഇങ്ങനെ:

ഒരു പുഴയുടെ തീരത്ത് പടർന്ന് പന്തലിച്ച് നിൽക്കുന്ന ഒരു ചാമ്പമരമുണ്ടായിരുന്നു. ആ മരത്തിൽ ധാരാളം പഴുത്ത ചാമ്പക്കായ്കളും ഉണ്ടായിരുന്നു. അവിടെയാണ് നമ്മുടെ കഥാനായകനായ കുരുങ്ങൻ അധിവസിച്ചിരുന്നത്. മരത്തിൽ ധാരാളം ചാമ്പക്കായ്കൾ ഉള്ളതിനാൽത്തന്നെ സുഭിക്ഷമായിരുന്നു കുരങ്ങന്റെ ജീവിതം.

അങ്ങനെയിരിക്കെ ഒരു മുതല സ്ഥിരമായി ചാമ്പയുടെ താഴെയുള്ള തണലിൽ വിശ്രമിക്കാൻ വരാൻ തുടങ്ങി. കുരങ്ങനും മുതലയും സ്ഥിരമായി കണ്ടുമുട്ടാനും. ഒന്നും രണ്ടും പറഞ്ഞ് കുറച്ച് ദിവസത്തിനുള്ളിൽത്തന്നെ ഇരുവരും വലിയ ചങ്ങാതിമാരായി. മുതല മാംസാഹാരം കഴിക്കുന്നവനാണെന്ന് കുരങ്ങനറിയാം. എന്നാൽ കുറെ ദിവസത്തെ സംസാരം വഴി മുതലച്ചാർ ഒരു പാവമാണെന്ന് കുരങ്ങന് തോന്നി. പതുക്കെ, പതു

ക്കെ കുരങ്ങൻ മരത്തിൽനിന്നും ഇറങ്ങി മുതലയുടെ അടുത്തിരുന്ന് കഥകൾ പറഞ്ഞ് രസിക്കാൻ തുടങ്ങി. അത് വൈകുന്നതുവരെ തുടരും. സമയം സന്ധ്യയാവുമ്പോൾ മാത്രമേ മുതല പുഴയ്ക്കപ്പുറത്തുള്ള തന്റെ വീട്ടിലേക്ക് പോകൂ.

എന്നും കുരങ്ങൻ ധാരാളം ചാമ്പക്കായ്കൾ മുതലയ്ക്ക് പറിച്ചുകൊടുക്കും. വയറു നിറയെ കഴിച്ചശേഷം ബാക്കിവരുന്ന പഴങ്ങൾ മുതല തന്റെ ഭാര്യക്ക് കൊണ്ടുപോയി കൊടുക്കും. ഭാര്യക്ക് ചാമ്പയ്ക്ക വല്ലാതെ ഇഷ്ടപ്പെട്ടു. എത്ര രുചികരമായ പഴങ്ങൾ. ഒരു ദിവസം ഭാര്യ മുതലയോട് ചോദിച്ചു, "എവിടെനിന്നാണ് അങ്ങേക്ക് ഇത്രയും രുചികരമായ പഴങ്ങൾ ലഭിക്കുന്നത്?"

"എന്റെ ഒരു ചങ്ങാതി തരുന്നതാണ്." എന്ന് മുതല മറുപടി പറഞ്ഞു.

"ചങ്ങാതിയോ? ഞാനറിയാത്ത ഏത് ചങ്ങാതിയാണ് നിങ്ങൾക്കുള്ളത്? അവരെല്ലാം മുതലകളുമാണ്. മുതലകൾക്ക് എങ്ങനെയാണ് മരത്തിൽ കയറി പഴങ്ങൾ പറിക്കാൻ കഴിയുക?

ഭാര്യക്ക് സംശയങ്ങളുടെ പെരുമഴയായിരുന്നു. അവസാനം സത്യം പറയാൻ ഭർത്താവ് മുതല നിർബ്ബന്ധിതനായി.

"എന്റെ കൂട്ടുകാരൻ ഒരു കുരങ്ങനാണ്. അവൻ താമസിക്കുന്ന മരത്തിലാണ് ഈ പഴങ്ങൾ കായ്ക്കുന്നത്. അവൻ എല്ലാ ദിവസവും ഇതെനിക്ക് പറിച്ചുതരും." മുതല പറഞ്ഞു. അപ്പോൾ ഭാര്യയുടെ ദുഷ്ടബുദ്ധി ഉണർന്നു.

"അല്ല, ഒന്നാലോചിച്ച് നോക്കിയേ. എന്നും ഇത്ര നല്ല പഴങ്ങൾ മാത്രം തിന്നുന്ന കുരങ്ങന്റെ ഇറച്ചി എത്ര മാർദ്ദവമേറിയതായിരിക്കും. അവന്റെ ഹൃദയത്തിന് ഈ പഴങ്ങളേക്കാൾ മധുരമുണ്ടാവും, തീർച്ച." ഭാര്യ പറഞ്ഞു.

"നീ അങ്ങനെയൊന്നും ചിന്തിക്കുക പോലും ചെയ്യരുത്. അവൻ എന്റെ ആത്മാർത്ഥ സുഹൃത്താണ്. അവനെ ചതിക്കാൻ എനിക്കാവില്ല." മുതല ഹൃദയവേദനയോടെ പറഞ്ഞു.

ഭാര്യ: "കൂട്ടുകാരനാണോ ഭാര്യയാണോ നിങ്ങൾക്ക് വലുത്?"

മുതല: "അതിലെന്താ നിനക്കിത്ര സംശയം? ഭാര്യ തന്നെ."

"നിങ്ങൾ പറയുന്നത് സത്യമാണെങ്കിൽ ആ കുരങ്ങന്റെ സ്വാദിഷ്ടമായ ഹൃദയം എനിക്ക് കൊണ്ടുവന്നു തരൂ. അങ്ങനെയാണെങ്കിൽ നിങ്ങൾ പറയുന്നത് ഞാൻ വിശ്വസിക്കാം. അവന്റെ മധുരമുള്ള ഹൃദയം തിന്നാൻ എനിക്ക് കൊതിയാകുന്നു," ഭാര്യ പുതിയ അടവെടുത്തു. എന്നാൽ മുതല വഴങ്ങിയില്ല. "എത്ര ക്രൂരമായ കാര്യമാണ് നീ പറയുന്നത്. അവൻ എന്റെ നല്ല സുഹൃത്താണ്. നല്ല സുഹൃത്ത് സ്വന്തം സഹോദരനേക്കാൾ പ്രിയപ്പെട്ടവനാണെന്നല്ലേ പറയുന്നത്?" മുതല ചോദിച്ചു.

ഇതോടെ ഭാര്യ പിണങ്ങി. അവർ കരച്ചിലും പിഴിച്ചിലുമായി. ആ കള്ളക്കണ്ണീർ കണ്ട് മുതലയുടെ കരളലിഞ്ഞെങ്കിലും കുരങ്ങനെ കൊല്ലാനുള്ള മനസ്സ് അവന് അപ്പോഴും ഉണ്ടായിരുന്നില്ല. "നീ ഈ ആഗ്രഹം കളയണം. അവനെ കൊല്ലാൻ എനിക്ക് കഴിയില്ല." തന്റെ നിസ്സഹായാവസ്ഥ വെളിപ്പെടുത്തി ഭാര്യയെ പിന്തിരിപ്പിക്കാൻ മുതല ആവത് ശ്രമിച്ചു.

എന്നാൽ ഭാര്യ പിന്തിരിയാൻ തയ്യാറായില്ല എന്ന് മാത്രമല്ല മുതലച്ചാരെ വലിയ രീതിയിൽ കുറ്റപ്പെടുത്താനും തുടങ്ങി. "അല്ലെങ്കിലും എനിക്കറിയാം. നിങ്ങൾക്ക് ഇപ്പോൾ എന്നേക്കാൾ ഇഷ്ടം ആ കുരങ്ങിനോടാണ്. അത് പെൺകുരങ്ങായിരുന്നെങ്കിൽ നിങ്ങൾ അതിനെ കല്യാണം കഴിച്ചേനേ. എനിക്ക് ഉറപ്പാ."

സംഗതി കൈവിട്ട് പോവുകയാണെന്ന് മുതലച്ചാർക്ക് മനസ്സിലായി. വീട്ടിൽ എപ്പോഴും വഴക്കും വക്കാണവുമായി. കുരങ്ങിന്റെ ഹൃദയമല്ലാതെ മറ്റൊന്നും കഴിക്കില്ലെന്നും അത് കിട്ടിയില്ലെങ്കിൽ താൻ പട്ടിണികിടന്ന് മരിക്കുമെന്നും ഭാര്യ തീർത്തു പറഞ്ഞു. ഒടുവിൽ മുതലയുടെ മനസ്സൊന്നിളകി. വലിയ സംഘർഷത്തിലായിരുന്നെങ്കിലും എന്തും വരട്ടെയെന്ന് കരുതി മുതല കുരങ്ങനെ കാണാൻ യാത്രയായി.

കുറെ ദിവസമായി ചങ്ങാതിയെ കാണാതെ വിഷമിച്ചിരിക്കുകയായിരുന്നു കുരങ്ങൻ. മുതല ദൂരെ നിന്നും നീന്തി വരുന്നത് കുരങ്ങൻ ചാമ്പ മരത്തിന്റെ മുകളിലിരുന്ന് കണ്ടു. അവന് വലിയ സന്തോഷമായി. "എവിടെയായിരുന്നു ഇത്രയും നാൾ?" മുതലയെ കണ്ടയുടനെ അവൻ തിരക്കി.

"ഒന്നും പറയേണ്ട ചങ്ങാതി, എന്റെ ഭാര്യ വലിയ ദ്വേഷ്യത്തിലാ." മുതല പറഞ്ഞു.

"എന്തു പറ്റി?" കുരങ്ങൻ ആരാഞ്ഞു.

"അല്ല, നമ്മൾ വളരെ അടുത്ത ചങ്ങാതിമാരാണല്ലോ? എല്ലാ ദിവസവും നമ്മൾ കഥകൾ പറഞ്ഞിരിക്കാറുമുണ്ട്. നീ എനിക്ക് തിന്നാൻ മാത്രമല്ല വീട്ടിൽ കൊണ്ടുപോകാനും മധുരമുള്ള പഴങ്ങൾ പറിച്ചുതരികയും ചെയ്യുന്നു. എന്നിട്ടും എന്തേ നിന്നെ വീട്ടിലേക്ക് ക്ഷണിക്കാത്തത് എന്നാണ് അവൾ ചോദിക്കുന്നത്? ഇനിയും വിളിച്ചോണ്ട് ചെന്നില്ലെങ്കിൽ പിണങ്ങുമെന്നാണ് അവൾ പറയുന്നത്. രാവിലെ തന്നെ ഒരുങ്ങിക്കെട്ടി നിന്നെയും കാത്തിരിക്കുകയാണ് അവൾ." മുതല വിശദീകരിച്ചു. കൂട്ടുകാരന്റെയും കുടുംബത്തിന്റെയും സ്നേഹം കുരങ്ങന്റെ മനസ്സിനെ സ്പർശിച്ചു.

അവൻ വികാരാധീനനായി. "അത് ശരിയാണല്ലോ. കൂട്ടുകാരായാൽ അങ്ങനെ വേണം. വാങ്ങുക, കൊടുക്കുക, രഹസ്യങ്ങൾ പറയുക, വിഷമങ്ങൾ പങ്കുവെക്കുക, വീട്ടിൽ വിളിച്ച് ഭക്ഷണം നൽകുക ഒക്കെ വേണം. പക്ഷേ, പുഴയ്ക്കപ്പുറത്തുള്ള നിന്റെ വീട്ടിലേക്ക് ഞാനെങ്ങനെ വരും? എനിക്കാണെങ്കിൽ നീന്തലും വശമില്ല," എന്ന് കുരങ്ങൻ നിസ്സഹായനായി.

"അതിൽ വിഷമിക്കേണ്ട. പുഴയുടെ അങ്ങേക്കരയിലുള്ള മണൽത്തിട്ടയിലാണ് എന്റെ വീട്. അവിടം വരെ നിന്നെ ഞാൻ എന്റെ പുറത്തിരുത്തി കൊണ്ടുപോകാം. സൽക്കാരത്തിന് ശേഷം തിരികെ കൊണ്ടുവിടുകയും ചെയ്യാം. എന്ത് പറയുന്നു?" മുതല ആരാഞ്ഞു.

കുരങ്ങന് സന്തോഷമായി. മുതല പറഞ്ഞ കാര്യം അംഗീകരിച്ച്, അപ്പോൾ തന്നെ അവൻ മുതലയോടൊപ്പം പുറപ്പെട്ടു. കുരങ്ങനെ മുതുകത്തിരുത്തി മുതല അതിവേഗം വീട്ടിലേക്ക് നീന്തി. ഭാര്യ അവിടെ അക്ഷമയോടെ കാത്തിരിക്കുന്ന കാര്യം മുതലച്ചാർക്ക് അറിയാമല്ലോ. പുഴയുടെ നടുക്ക് ആഴമുള്ള ഭാഗത്തേക്ക് അടുക്കുന്ന സമയത്ത് കുരങ്ങൻ പറഞ്ഞു: "ചങ്ങാതീ പതുക്കെ നീന്തൂ. എന്തിനാണ് ഇത്ര ധൃതി? എന്റെ പുറത്താകെ

വെള്ളം തെറിക്കുന്നു. നമ്മൾ നിന്റെ വീട്ടിലേക്ക് തന്നെയല്ലേ പോകുന്നത്? സാവധാനം പോയാൽ മതിയല്ലോ. ധാരാളം സമയമുണ്ട്."

കുരങ്ങന്റെ വാക്കുകളിൽ മുതല ചെറുതായി ഒന്നിളകി. അവരപ്പോൾ പുഴയുടെ ഏറ്റവും ആഴമുള്ള ഭാഗത്ത് എത്തിയിരുന്നു. ഇനി കുരങ്ങന് തന്റെ കൈയിൽനിന്നും രക്ഷപ്പെടാനാവില്ലെന്നും അതിനാൽത്തന്നെ സത്യം അവനെ അറിയിച്ചേക്കാമെന്നും മുതല കരുതി. "പ്രിയ സുഹൃത്തേ, എന്റെ ഭാര്യ നിർബ്ബന്ധിച്ചിട്ടാണ് നിന്നെ വീട്ടിലേക്ക് ക്ഷണിച്ചത് എന്ന കാര്യം സത്യം തന്നെയാണ്. എന്നാൽ അവൾ നിന്നെ കൊണ്ടു ചെല്ലാൻ നിർബ്ബന്ധിക്കുന്നത് നിന്നെ വിരുന്നൂട്ടാനല്ല. ഇത്രയും മധുരമുള്ള പഴങ്ങൾ ദിവസവും തിന്നുന്ന നിന്റെ ഹൃദയത്തിനും നല്ല മധുരമായിരിക്കും എന്നാണ് അവളുടെ പക്ഷം. അതുകൊണ്ട് നിന്നെ കൊന്ന് തിന്നാൻ വേണ്ടിയാണ് അവൾ ശാഠ്യം പിടിക്കുന്നത്. നീ എന്നോട് പൊറുക്കണം. എനിക്ക് അവളുടെ പിടിവാശിക്ക് മുന്നിൽ പിടിച്ചു നിൽക്കാൻ സാധിച്ചില്ല. അതിനാൽ മരിക്കുന്നതിന് മുമ്പ് നിന്റെ ദൈവങ്ങളോട് നീ അകമഴിഞ്ഞ് പ്രാർത്ഥിച്ചോളൂ."

കുരങ്ങൻ ആദ്യമൊന്ന് അമ്പരന്നു. താൻ ഇത്രയധികം സ്നേഹിച്ചിരുന്ന, ആത്മാർത്ഥ സുഹൃത്തെന്ന് താൻ കണക്കാക്കിയിരുന്ന മുതല തന്നെ ഇത്തരത്തിൽ വഞ്ചിക്കുമെന്ന് അവൻ സ്വപ്നേപി വിചാരിച്ചിരുന്നില്ല. പക്ഷേ, പെട്ടെന്ന് തന്നെ കുരങ്ങൻ സമചിത്തത വീണ്ടെടുത്തു. ഈ കുരുക്കിൽനിന്നും എങ്ങനെയും രക്ഷപ്പെടണം എന്നായി അവന്റെ ചിന്ത. അവൻ മുതലയോട് ചോദിച്ചു: "നിനക്ക് എങ്ങനെ ഈ ചങ്ങാതിയെ കൊല്ലാൻ കഴിയും? മാത്രമല്ല, ഞാനൊരു ദ്രോഹവും നിന്നോട് ചെയ്തിട്ടുമില്ല."

"നീ ഒരു ദ്രോഹവും എന്നോട് ചെയ്തിട്ടില്ല എന്നെനിക്കറിയാം. പക്ഷേ, എന്റെ ധർമ്മസങ്കടം എനിക്ക് മാത്രമേ അറിയൂ. എന്നും പഴങ്ങൾ മാത്രം തിന്നുന്ന നിന്റെ ഹൃദയം അമൃത് പോലെ മധുരിക്കുമെന്നാണ് ഭാര്യ പറയുന്നത്. അവളെ ആ ചിന്തക

ളിൽനിന്നും പിന്തിരിപ്പിക്കാൻ ഞാൻ ആവത് ശ്രമിച്ചു. എന്നാൽ അവളുടെ പിടിവാശി ദിനംപ്രതി വർദ്ധിക്കുകയാണ്. നിന്റെ ഹൃദയം തിന്നാതെ മറ്റൊരു ഭക്ഷണവും കഴിക്കില്ല എന്ന വാശിയിലാണവൾ. ഇങ്ങനെ പോയാൽ അവൾ പട്ടിണി കിടന്ന് മരിക്കും. അതെനിക്ക് സഹിക്കാനാവില്ല" എന്ന് മുതല തന്റെ ഭാഗം ന്യായീകരിച്ചു.

പക്ഷേ,, ബുദ്ധിമാനായ കുരങ്ങന്റെ മനസ്സിൽ ആ കുരുക്കിൽ നിന്നും രക്ഷപ്പെടാനുള്ള ഒരു ഉപായം ഇതിനുള്ളിൽ തെളിഞ്ഞിരുന്നു.

"അയ്യോ, നിന്റെ ശ്രമങ്ങളെല്ലാം വെറുതെയായല്ലോ. ഇതാണ് കാര്യമെന്ന് നമ്മൾ പുറപ്പെടുന്നതിന് മുമ്പ് തന്നെ എന്നോട് പറയേണ്ടായിരുന്നോ?" എന്ന് കുരങ്ങൻ തന്ത്രം മാറ്റി.

"എന്താ, എന്തുപറ്റി?" എന്നായി മണ്ടനായ മുതലച്ചാർ.

"ശത്രുക്കൾ തട്ടിയെടുക്കാതിരിക്കാനായി ഞാൻ എപ്പോഴും എന്റെ ഹൃദയം ചാമ്പ മരത്തിന്റെ പൊത്തിൽ ഒളിപ്പിച്ചു വെക്കുകയാണ് പതിവ്. അത് അവിടെത്തന്നെ ഇരിക്കുകയാണ്. എന്റെ ഹൃദയമാണ് തന്റെ ഭാര്യക്ക് വേണ്ടതെങ്കിൽ മടങ്ങിപ്പോയി അതെടുത്തുകൊണ്ടു വരേണ്ടി വരും. അത് അവർക്ക് കൊടുക്കുന്നതിൽ എനിക്ക് യാതൊരു വിരോധവും ഇല്ല."

"അത് സാരമില്ല, ഇത്രയും നീന്തിയത് പ്രശ്നമാക്കേണ്ട. ഞാൻ നിന്നെ തിരികെ ചാമ്പ മരത്തിന്റെ അടുത്തേക്ക് ഇപ്പോൾ തന്നെ എത്തിക്കാം. ഹൃദയം എടുത്ത ശേഷം നമുക്ക് മടങ്ങി വരാം," എന്ന് മുതല സമ്മതിച്ചു.

അങ്ങനെ അവർ മടങ്ങി ചാമ്പ മരത്തിന്റെ ചുവട്ടിലെത്തി. കരയിൽ എത്തിയതും കുരങ്ങൻ ഒറ്റച്ചാട്ടത്തിന് ചാമ്പ മരത്തിന്റെ മുകളിലെത്തി. കുറെ നേരം മുതല താഴെ കാത്തിരുന്നു. ഹൃദയവുമായി ചങ്ങാതി ഇറങ്ങിവരാൻ വൈകിയപ്പോൾ മുതല തിരക്ക് കൂട്ടി. "ചങ്ങാതി വേഗം ഇറങ്ങി വരൂ. അവൾ അവിടെ അക്ഷമയോടെ കാത്തിരിക്കുകയാണ്. ഇത്തവണ ഹൃദയമെടുക്കാൻ മറക്കേണ്ട." മുതല ഉറക്കെ വിളിച്ചു പറഞ്ഞു. ഇത് കേട്ട് കുരങ്ങൻ പൊട്ടിച്ചിരിച്ചു.

"എടാ വിഡ്ഢി കൂശ്മാണ്ഡമേ, ആരെങ്കിലും ഹൃദയമെടുത്ത് എവിടെയെങ്കിലും സൂക്ഷിക്കുമോ? ഹൃദയമില്ലാതെ ജീവനുണ്ടോ? മണ്ടൻ. ഇനി നീ എന്നെ കാക്കേണ്ട. വേഗം മടങ്ങിക്കോ. ഇനി നിനക്ക് പഴവുമില്ല ഒരു പുല്ലുമില്ല. നമ്മുടെ സൗഹൃദം ഇതോടെ അവസാനിച്ചു."

ഇത് കേട്ട് മുതല ലജ്ജിച്ച് തലതാഴ്ത്തി. ആത്മാർത്ഥ സ്നേഹിതനെ വഞ്ചിക്കേണ്ടി വന്നതും തന്റെ വിഡ്ഢിത്തവും ഓർത്ത് അവൻ നിരാശനായി വീട്ടിലേക്ക് നീന്തി.

കൂട്ടുകാരേ സുഹൃത്തുക്കളെ തെരഞ്ഞെടുക്കുന്നതിൽ മാത്രമല്ല സമയാസമയങ്ങളിൽ അവരുടെ പെരുമാറ്റത്തിലുണ്ടാവുന്ന മാറ്റങ്ങളിൽക്കൂടി നമ്മൾ ശ്രദ്ധാലുക്കളായിരിക്കണം എന്നതാണ് ഈ കഥ നൽകുന്ന ഗുണപാഠം.

സിംഹത്തിന് ജീവൻ കൊടുത്ത പണ്ഡിതൻ

പഠിപ്പും അറിവും നേടിയതുകൊണ്ടു മാത്രം നാം എല്ലാം തികഞ്ഞവരാകുമോ? ഇല്ല എന്നാണ് പല ഉദാഹരണങ്ങളും തെളിയിക്കുന്നത്. നമുക്ക് ലഭിച്ച അറിവ് കൃത്യസമയത്ത്, കൃത്യമായ ഇടത്ത് ഉപയോഗിക്കാൻ കഴിഞ്ഞാൽ മാത്രമേ ആ അറിവ് നമുക്ക് പ്രയോജനപ്രദമാകൂ. അല്ലെങ്കിൽ നാം പല അപകടങ്ങളിലും ചെന്ന് ചാടി എന്ന് വരാം. സിംഹത്തിന് ജീവൻ കൊടുത്ത നാല് പണ്ഡിതന്മാരുടെ ഈ കഥ ഒന്ന് കേട്ട് നോക്കൂ.

പണ്ട്, പണ്ട്, ഒരു പട്ടണത്തിൽ സഹോദരന്മാരായ നാല് ബ്രാഹ്മണകുമാരന്മാരുണ്ടായിരുന്നു. നാല് പേരും ഒരുമിച്ച് വിദ്യാഭ്യാസം പൂർത്തിയാക്കിയവരുമാണ്. മൂത്ത മൂന്ന് പേർ പഠനത്തിൽ അതി മിടുക്ക് പ്രദർശിപ്പിച്ചവരാണ്. എന്നാൽ പഠനത്തിൽ അൽപ്പം പിന്നാക്കമായിരുന്നെങ്കിലും വിവേകത്തിന്റെ കാര്യത്തിൽ നാലാമനായിരുന്നു മുന്നിൽ.

പഠിപ്പ് കഴിഞ്ഞതോടെ ഇനിയെന്ത് എന്ന ചിന്തയിലായി നാല് പേരും. ദൂരെ ഏതെങ്കിലും രാജ്യം സന്ദർശിച്ച് അവിടുത്തെ രാജാവിന്റെ മുന്നിൽ തങ്ങളുടെ പാണ്ഡിത്യം പ്രദർശിപ്പിച്ച് പണമുണ്ടാക്കാം എന്ന് ആദ്യത്തെ മൂന്ന് പേരും ചേർന്ന് തീരുമാനിച്ചു. അങ്ങനെ അവർ യാത്രയ്ക്ക് തയ്യാറായി. വലിയ താൽ

പ്പര്യമൊന്നുമില്ലായിരുന്നെങ്കിലും നാലാമനും അവരോടൊപ്പം ചേർന്നു. പക്ഷേ, നാലാമനെ കൂടെ കൂട്ടുന്നതിൽ ഏറ്റവും മൂത്ത ആൾക്ക് താൽപ്പര്യക്കുറവുണ്ടായിരുന്നു.

“നമ്മൾ നാല് സഹോദരന്മാരിൽ ഏറ്റവും ഇളയവൻ ഒഴികെ എല്ലാവർക്കും നല്ല വിദ്യാഭ്യാസമുണ്ട്. പഠിപ്പില്ലാത്ത ഇവൻ നമ്മുടെ കൂടെ വന്നിട്ട് എന്ത് ഗുണമാണുള്ളത്? അതുകൊണ്ട് അവൻ വീട്ടിലേക്ക് മടങ്ങിപ്പോകട്ടെ, അല്ലേ?” അയാൾ ചോദിച്ചു.

രണ്ടാമൻ അത് ഏറ്റുപിടിച്ചു. “ജ്യേഷ്ഠൻ പറഞ്ഞത് ശരിയാണ്. നീ തിരികെ വീട്ടിലേക്ക് പോകൂ.” അയാൾ അനുജനോട് പറഞ്ഞു.

എന്നാൽ മൂന്നാമന് മറ്റൊരു അഭിപ്രായമായിരുന്നു ഉണ്ടായിരുന്നത്. “അത് ശരിയല്ല. ഇവനും നമ്മോടൊപ്പം കളിച്ച് വളർന്നവനാണ്. മാത്രമല്ല, നമ്മൾ ഒരേ അച്ഛനമ്മമാരുടെ മക്കളുമാണ്. അതുകൊണ്ട് അവനെ ഒറ്റപ്പെടുത്താൻ പറ്റില്ല. വിദ്യാഭ്യാസമില്ലെങ്കിലും യുക്തിബോധത്തിൽ അവനാണ് നമ്മളെക്കാൾ മുന്നിൽ. അവന്റെ യുക്തി നമുക്ക് ഏതെങ്കിലും ഘട്ടത്തിൽ ഉപകാരപ്രദമായേക്കും. മാത്രമല്ല, നമ്മുടെ ഇളയ സഹോദരൻ എന്ന നിലയിൽ കിട്ടുന്നതിൽ ഒരു പങ്ക് അവന് നൽകേണ്ടത് നമ്മുടെ ഉത്തരവാദിത്വമാണ്. അതിനാൽ അവനും നമ്മോടൊപ്പം വരട്ടെ എന്നാണ് എന്റെ അഭിപ്രായം.” അയാൾ വാദിച്ചു.

കുറെ കൂടിയാലോചനകൾക്ക് ശേഷം, മനസ്സില്ലാമനസ്സോടെയാണെങ്കിലും മറ്റ് രണ്ടുപേരും മൂന്നാമന്റെ അഭിപ്രായത്തോട് യോജിച്ചു. അങ്ങനെ നാല് പേരും ചേർന്ന് യാത്ര തുടങ്ങി.

നടന്ന്, നടന്ന് അവർ ഒരു കൊടുങ്കാട്ടിലെത്തി. കാട്ടിലെ തുറസ്സായ ഒരു സ്ഥലത്തെത്തിയപ്പോൾ അൽപ്പനേരം വിശ്രമിക്കാൻ അവർ തീരുമാനിച്ചു. അവർ ഇരുന്ന സ്ഥലത്ത് നിന്നും അൽപ്പം മാറി ഒരു അസ്ഥികൂടം കിടക്കുന്നത് അവരുടെ ശ്രദ്ധയിൽപ്പെട്ടു. അതൊരു സിംഹത്തിന്റെ അസ്ഥികൂടമാണെന്ന് ജ്ഞാനികളായ മൂത്ത മൂന്ന് സഹോദരന്മാർ ഉറപ്പിച്ചു. മൂത്ത ജ്യേഷ്ഠൻ ആഹ്ലാദത്തോടെ ഇങ്ങനെ പ്രഖ്യാപിച്ചു: “സഹോദരന്മാരേ നമ്മൾ

പഠിച്ച പാഠങ്ങൾ പ്രയോഗിച്ചു നോക്കാനുള്ള ഒന്നാന്തരം അവസരമാണിത്. ഇതാ ഒരു സിംഹത്തിന്റെ അസ്ഥികൂടമാണ് നമ്മുടെ മുന്നിൽ. അതിന്റെ മജ്ജയും മാംസവുമെല്ലാം നഷ്ടപ്പെട്ടുകഴിഞ്ഞു. നമ്മൾ പഠിച്ച പാഠങ്ങൾ ഉപയോഗിച്ച് ഇതിന് ജീവൻ മടക്കിനൽകാൻ നമുക്ക് ശ്രമിക്കാം."

മറ്റ് രണ്ടുപേരും അതിനോട് യോജിച്ചു. മൂത്ത സഹോദരൻ ചിതറിപ്പോയ അസ്ഥികൂടങ്ങൾ പെറുക്കിയെടുത്ത് വേണ്ട വിധത്തിൽ അടുക്കി വച്ചു. ഇത് കണ്ട് രണ്ടാമൻ അസ്ഥികൂടത്തിന് മജ്ജയും മാംസവും തോലും നൽകി. മൂന്നാമനാകട്ടെ ജീവൻ വെപ്പിക്കുന്നതിനുള്ള മന്ത്രം ജപിച്ചുതുടങ്ങി.

അതുവരെ ജ്യേഷ്ഠന്മാരുടെ പ്രവൃത്തികൾ നോക്കി നിശ്ശബ്ദനായി നിന്ന നാലാമൻ പെട്ടെന്ന് ഇടപെട്ടു. "അരുത് ജ്യേഷ്ഠാ, അരുത്. ഇതൊരു സിംഹമാണ്. അതിന് ജീവൻ കിട്ടിയാൽ അത് നമ്മെ കൊന്ന് തിന്നും."

എന്നാൽ വിദ്യകൊണ്ട് അന്ധരായ ജ്യേഷ്ഠന്മാർ നാലാമന് ചെവി കൊടുത്തില്ല. കഷ്ടപ്പെട്ടു പഠിച്ച വിദ്യ പ്രയോഗിക്കാൻ കിട്ടുന്ന അവസരം പാഴാക്കുന്നത് വിഡ്ഢിത്തമാണ് എന്ന തീരുമാനത്തിൽ അവർ ഉറച്ചുനിന്നു. അവർ ജീവൻ ലഭിക്കാനുള്ള മന്ത്രം വീണ്ടും ജപിക്കാൻ തുടങ്ങിയപ്പോൾ നാലാമൻ വീണ്ടും ഇടപെട്ടു. "സഹോദരാ, ഒരു നിമിഷം. നിങ്ങൾ സിംഹത്തിന് ജീവൻ നൽകുന്നതിന് മുമ്പ് എനിക്ക് ഒരു മരത്തിൽ കയറാനുള്ള സമയം എങ്കിലും നൽകണേ." ജ്യേഷ്ഠന്മാരെ പറഞ്ഞ് പിന്തിരിപ്പിക്കാൻ ആവില്ലെന്ന് തിരിച്ചറിഞ്ഞ നാലാമൻ പറഞ്ഞു. പരിഹാസച്ചിരിയോടെ നാലാമന് ഒരു മരത്തിൽ കയറി സുരക്ഷിതമായി ഇരിക്കാനുള്ള സമയം അവർ നൽകി.

ദീർഘമായ മന്ത്രത്തിനൊടുവിൽ സിംഹത്തിന് ജീവൻ വച്ചു. അവൻ നോക്കിയപ്പോൾ മുന്നിൽ മൂന്ന് പച്ച മനുഷ്യർ. കൊടുങ്കാട്ടിൽ മാംസഭുക്കായി ജീവിച്ച അവനെ സംബന്ധിച്ചിടത്തോളം അത് നല്ലൊരു സദ്യയായിരുന്നു. ഒട്ടും താമസിയാതെ അവൻ മൂന്ന് സഹോദരന്മാരെയും അകത്താക്കി. നാലാമൻ മരത്തിന്റെ മുകളിലിരുന്ന് ദുഃഖത്തോടെ ആ കാഴ്ച കണ്ടു.

കൂട്ടുകാരേ, വിദ്യാഭ്യാസവും അറിവും മാത്രം പോരാ നമുക്ക്. നമുക്ക് ലഭിക്കുന്ന അറിവ് എവിടെ ഉപയോഗിക്കണമെന്നും എവിടെ ഉപയോഗിക്കരുതെന്നും തിരിച്ചറിയാനുള്ള വിവേകവും കൂടി നമുക്കുണ്ടെങ്കിൽ മാത്രമേ നമ്മൾ നേടിയെടുക്കുന്ന അറിവിന്റെ പൂർണ്ണ പ്രയോജനം നമുക്ക് ലഭിക്കൂ.

ബ്രാഹ്മണസ്ത്രീയും കീരിയും

കാര്യങ്ങൾ പൂർണ്ണമായും മനസ്സിലാക്കാതെ പ്രതികരിക്കാൻ പുറപ്പെട്ടാൽ ഫലം പ്രതികൂലമായി എന്ന് വരാം. എടുത്തുചാടി എന്തെങ്കിലും ചെയ്ത ശേഷം ഫലം പ്രതികൂലമാണെങ്കിൽ കുറ്റബോധം നമ്മെ വല്ലാതെ വേട്ടയാടാൻ തുടങ്ങും. ദുഃഖം വിളിച്ചുവരുത്തുന്ന നടപടിയായിരിക്കും അത്. ഇതാ, കീരിയെ വളർത്തിയ ഒരു ബ്രാഹ്മണസ്ത്രീയുടെ ഈ കഥ ശ്രദ്ധിക്കൂ:

പണ്ട് ഒരു ഗ്രാമത്തിൽ ഒരു ബ്രാഹ്മണ ദമ്പതികൾ ജീവിച്ചിരുന്നു. ഏറെക്കാലത്തെ കാത്തിരിപ്പിനും പ്രാർത്ഥനകൾക്കും ശേഷമാണ് അവർക്ക് ഒരു കുഞ്ഞ് പിറന്നത്. ബ്രാഹ്മണസ്ത്രീ പ്രസവിച്ച അതേ ദിവസം തന്നെ വീടിന്റെ മുന്നിൽ തന്നെ ഒരു കീരിയും പ്രസവിച്ചു. എന്നാൽ പ്രസവത്തോടെ തന്നെ അമ്മക്കീരി മരിച്ചുപോയി.

അമ്മ നഷ്ടപ്പെട്ട കീരിക്കുഞ്ഞിനോട് ബ്രാഹ്മണസ്ത്രീയ്ക്ക് തന്റെ കുഞ്ഞിനോടെന്നപോലെ സ്നേഹവും വാത്സല്യവും തോന്നി. അവരതിനെ സ്വന്തം വീട്ടിൽ തന്റെ ഉണ്ണിയോടൊപ്പം വളർത്തി. അതിന് പാലും പഴവും നൽകി. അങ്ങനെ കുറെ നാൾ കടന്നുപോയി.

കാര്യം ഇങ്ങനെയൊക്കെ ആയിരുന്നെങ്കിലും ബ്രാഹ്മണ സ്ത്രീക്ക് ആ കീരിക്കുഞ്ഞിനെ പൂർണ്ണമായും വിശ്വാസമില്ലായി

രുന്നു. കീരി എന്നും കീരി തന്നെയാണ് എന്നവർ വിശ്വസിച്ചു. എത്ര സ്നേഹിച്ചാലും അതിന്റെ ജന്മസ്വഭാവമൊന്നും മാറ്റാൻ സാധിക്കില്ലല്ലോ. കീരി തന്റെ കുഞ്ഞിനെ ഉപദ്രവിക്കുമോ എന്ന ഭയം അവരെ എല്ലായ്പ്പോഴും അലട്ടിയിരുന്നു.

സ്വന്തമായി കിണറില്ലാത്ത ബ്രാഹ്മണ കുടുംബം അൽപ്പം ദൂരെയുള്ള മറ്റൊരു കിണറിൽ നിന്നാണ് വെള്ളം ശേഖരിച്ചിരുന്നത്. ഒരു ദിവസം ബ്രാഹ്മണ സ്ത്രീ വെള്ളം ശേഖരിക്കാൻ ദൂരെയുള്ള ആ കിണറ്റിലേക്ക് പോയി. കുഞ്ഞിനെ നോക്കാൻ ഭർത്താവിനെ പ്രത്യേകം ചട്ടംകെട്ടിയതിന് ശേഷമാണ് അവർ വെള്ളമെടുക്കാൻ പോയത്. എന്നാൽ അയാൾ അതത്ര കാര്യമാക്കിയില്ല. അവർ പോയി കുറച്ച് കഴിഞ്ഞപ്പോൾ തന്നെ അയാൾ തന്റെ ഭിക്ഷാപാത്രവുമെടുത്ത് ഭിക്ഷയാചിക്കുന്നതിനായി പുറത്തേക്ക് പോയി.

അപ്പോൾ ഉണ്ണി നല്ല ഉറക്കമായിരുന്നു. അവനെ ശ്രദ്ധിച്ചിരുന്ന കീരിയും അൽപ്പ സമയത്തിനുശേഷം കട്ടിലിന്റെ താഴെ കിടന്ന് ഉറക്കമായി. പെട്ടെന്നാണ് ഒരു ചീറ്റൽ ശബ്ദം കീരിയുടെ ഉറക്കം കെടുത്തിയത്. ശബ്ദം കേട്ട കീരി തലപൊക്കി നോക്കി. മുന്നിലതാ ഉഗ്രവിഷമുള്ള ഒരു സർപ്പം. അത് പതുക്കെ ഇഴഞ്ഞ് ഉണ്ണിയുടെ തൊട്ടിലിന് നേരെ പോവുകയാണ്. ആലോചിച്ചുനിൽക്കാൻ സമയമില്ല. കീരി പെട്ടെന്ന് ചാടിയെഴുന്നേറ്റു. പാമ്പും കീരിയും എക്കാലത്തെയും വലിയ ശത്രുക്കളാണെന്ന് അറിയാമല്ലോ. പാമ്പിന്റെ മുന്നിലേക്ക് കീരി എടുത്ത് ചാടി. കീരിയെ കൊത്തുവാനായി സർപ്പം ആഞ്ഞടുത്തു. കീരി തന്ത്രപൂർവ്വം ഒഴിഞ്ഞുമാറി.

ഒരു ഘോരയുദ്ധമാണ് പിന്നീട് അവിടെ അരങ്ങേറിയത്. ഏറെ നേരം നീണ്ടുനിന്ന യുദ്ധം. ഒടുവിൽ തക്കംപാർത്തിരുന്ന കീരിക്ക് ഒരവസരം ലഭിച്ചു. അപ്പോൾത്തന്നെ അവൻ സർപ്പത്തിന്റെ പത്തിയിൽ പിടികൂടി അതിന്റെ കഴുത്ത് കടിച്ച് മുറിച്ചു. സർപ്പത്തിന്റെ കഥ അതോടെ കഴിഞ്ഞു. അപ്പോൾ ബ്രാഹ്മണ സ്ത്രീ മടങ്ങി വരുന്ന ശബ്ദം കീരി കേട്ടു. ഉണ്ണിയെ രക്ഷിക്കാൻ കഴിഞ്ഞതിന്റെ സന്തോഷവും അഭിമാനവുമായി അവൻ

പടിക്കലേക്ക് ഓടി. അവന്റെ ദേഹം നിറയെ പാമ്പിന്റെ ചോരയായിരുന്നു.

എന്നാൽ, ചോര പുരണ്ട മുഖവുമായി ഓടി വരുന്ന കീരിയെ കണ്ട് ബ്രാഹ്മണസ്ത്രീ വല്ലാതെ ഭയന്നു. തന്റെ കുഞ്ഞിനെ കീരി ഉപദ്രവിച്ചു എന്ന് അവർ കരുതി. എന്നാലും പാലു കൊടുത്ത കൈക്ക് തന്നെ കടിച്ചല്ലോ. അവർക്ക് വ്യസനവും രോഷവും ഒരുമിച്ച് വന്നു. അവർ കരഞ്ഞുകൊണ്ട് വെള്ളത്തിന്റെ കുടം കീരിയുടെ ദേഹത്തേക്ക് എറിഞ്ഞു. കീരി അപ്പോൾ തന്നെ ചത്തുപോയി.

"ഉണ്ണീ...ഉണ്ണീ," എന്ന് നിലവിളിച്ചുകൊണ്ട് ആ സ്ത്രീ വേവലാതിയോടെ അകത്തേക്ക് ഓടി. തൊട്ടിലിൽ കിടന്ന ഉണ്ണിയെ വാരിയെടുത്തു. അപ്പോഴാണ് ഉണ്ണിക്ക് പരിക്കൊന്നും ഏറ്റിട്ടില്ലെന്ന് അവർക്ക് മനസ്സിലായത്. അപ്പോൾ കീരിയുടെ ദേഹത്ത് ചോര എവിടെ നിന്നും വന്നു? അവർ തൊട്ടിലിന് ചുറ്റും നോക്കി. അപ്പോഴാണ് ചത്തുമലച്ച് കിടക്കുന്ന സർപ്പത്തെ അവർ കണ്ടത്. അവർക്ക് കാര്യങ്ങൾ ഒന്നൊന്നായി ബോദ്ധ്യപ്പെട്ടു. തന്റെ ഉണ്ണിയെ രക്ഷിച്ച കീരിയെയാണല്ലോ താൻ കൊന്നതെന്ന കുറ്റബോധം ബ്രാഹ്മണസ്ത്രീയെ വേട്ടയാടി. പക്ഷേ, കഴിഞ്ഞ കാര്യത്തെക്കുറിച്ച് ഓർത്ത് ദുഃഖിച്ചിട്ട് എന്ത് ഫലം?

അതുകൊണ്ടാണ് കാര്യങ്ങളുടെ സത്യസ്ഥിതി അറിയാതെ ചാടിക്കേറി ഒന്നും ചെയ്യരുത് എന്ന് പറയുന്നത്. കാര്യങ്ങൾക്ക് വ്യക്തത വരുത്തിയതിനുശേഷം വേണം പ്രവർത്തിക്കാൻ എന്ന് ഇപ്പോൾ മനസ്സിലായില്ലേ?

കൊറ്റിയും ഞണ്ടും

ബുദ്ധിയുള്ളവനാണ് ശക്തൻ. അറിവും ബുദ്ധിയും ഉപയോഗിച്ച് ജീവിതത്തിൽ എന്ത് കാര്യവും നേടിയെടുക്കാൻ സാധിക്കും. ഏതാപത്തിൽനിന്നും കരകയറാനും സാധിക്കും. കൊറ്റിയുടെയും ഞണ്ടിന്റെയും കഥ ആ തത്ത്വമാണ് വെളിവാക്കുന്നത്.

വളരെക്കാലം മുമ്പ് ഒരു കാടിന്റെ നടുവിൽ ഒരു വലിയ കുളമുണ്ടായിരുന്നു. ആ കുളത്തിൽ ധാരാളം മത്സ്യങ്ങളും മറ്റ് ജലജീവികളും വളരെ സുഖകരമായ ജീവിതം നയിച്ചുവന്നിരുന്നു. കുളത്തിന് സമീപമുള്ള ഒരു മരത്തിൽ വൃദ്ധനായ ഒരു കൊറ്റിയും താമസിച്ചിരുന്നു.

വയൽക്കരയിൽ ഒറ്റക്കാലിൽ തപസ്സ് ചെയ്യുന്ന കൊറ്റികൾ ഇന്നത്തെ തലമുറയ്ക്ക് ഒരു പുതുമയായിരിക്കും. എന്നാൽ അങ്ങേയറ്റം കൗശലക്കാരാണ് ഇങ്ങനെ വയൽക്കരയിൽ തപസ്സിരിക്കുന്ന കൊറ്റികൾ. അനങ്ങാതെ ഉറങ്ങുന്നത് പോലെയാവും അവയുടെ നിൽപ്പ്. കൊറ്റി ഉറങ്ങുകയാണ് എന്ന് കരുതി ഹതഭാഗ്യരായ ചില മത്സ്യങ്ങൾ വെള്ളത്തിന് മുകളിലേക്ക് പൊങ്ങിവരും. കാത്തിരിക്കുന്ന കൊറ്റി ഒറ്റ റാഞ്ചിന് മീനിനെയും കൊത്തി പറക്കുകയും ചെയ്യും.

പക്ഷേ, ഇവിടുത്തെ കൊറ്റി വയസ്സനായി. കണ്ണിന് കാഴ്ച

കുറഞ്ഞു. അതുകൊണ്ടുതന്നെ ഇപ്പോൾ പണ്ടത്തെപ്പോലെ ഇര പിടിക്കാൻ സാധിക്കുന്നില്ല. പാവം പട്ടിണിയും പരിവട്ടവുമായി കഴിയുകയാണ്. പഴയ നല്ല കാലത്തെ ഓർമ്മകൾ നുണഞ്ഞ് അവൻ കുളക്കരയിൽ അങ്ങനെ ഇരിക്കും. വിശപ്പ് സഹിക്കാനാവാതെ കരഞ്ഞുകൊണ്ടാണ് ആ ഇരിപ്പ്. ഇടയ്ക്കിടെ നെടുവീർപ്പിടും. അങ്ങനെ കരഞ്ഞുകരഞ്ഞ് കുറച്ച് കണ്ണീർ കുളത്തിൽ വീണ് ചിതറി. ഒരു പൊത്തിൽ ഒളിച്ചിരിക്കുകയായിരുന്ന ഒരു ഞണ്ട് ഇത് കണ്ടു. അവന് കൊറ്റിയുടെ അവസ്ഥയിൽ വലിയ വിഷമം തോന്നി. "അമ്മാവാ, എന്തിനാണ് ഇങ്ങനെ കരയുന്നത്? അങ്ങിപ്പോൾ ശരിയായി ഭക്ഷണം പോലും കഴിക്കുന്നില്ലല്ലോ?" വർഗ്ഗശത്രുവാണെങ്കിലും കൊറ്റിയുടെ അവസ്ഥയിൽ സഹതാപം തോന്നിയ ഞണ്ട് ആരാഞ്ഞു.

"മകനേ, ഞാൻ വല്ലാത്തൊരു ദുർഘടസന്ധിയിലാണ്. വലിയ ഒരു ആപത്ത് നമ്മുടെ മുന്നിൽ പതിയിരിക്കുന്നു. അതെന്നെ വല്ലാതെ ഭയപ്പെടുത്തുന്നു. എനിക്ക് വളരെ വിശ്വസ്തനായ ഒരു ജ്യോതിഷിയുണ്ട്. മിടുക്കനാണ് അയാൾ. പറയുന്നത് അക്ഷരംപ്രതി സംഭവിക്കും. അയാളാണ് നമ്മുടെ ഭാവിയെ ബാധിക്കുന്ന ആ രഹസ്യം എന്നോട് പറഞ്ഞത്."

"എന്ത് രഹസ്യം," എന്ന് ഞണ്ട് വേവലാതിപ്പെട്ടു.

"വലിയൊരു ദുരന്തത്തിലേക്കാണ് നമ്മൾ പോകുന്നതെന്നാണ് അയാളുടെ പ്രവചനം. ഇനി പന്ത്രണ്ട് വർഷത്തേക്ക് ഈ നാട്ടിൽ മഴ പെയ്യില്ലത്രെ. അത്രയും ദീർഘകാലം മഴ പെയ്തില്ലെങ്കിൽ നമ്മുടെ കുളങ്ങളെല്ലാം വറ്റി വരളും. വലിയ കുളങ്ങൾ പോലും വറ്റുമ്പോൾ നമ്മുടെ ഈ ചെറിയ കുളത്തിന്റെ കാര്യം പറയുകയേ വേണ്ട. ഞാൻ ഈ കുളക്കരയിലാണ് ജനിച്ചതും വളർന്നതും. ഈ കുളത്തിൽ താമസിക്കുന്നവർ എന്റെ പ്രിയപ്പെട്ടവരാണുതാനും. വെള്ളമില്ലാതായാൽ അവരെല്ലാം മരിച്ചുപോകുമല്ലോ എന്ന വിഷമമാണ് എന്നെ ഈ നിലയിലാക്കിയത്. ഇനി ആഹാരമെല്ലാം ഉപേക്ഷിച്ച് മരിക്കാനാണ് എന്റെ തീരുമാനം." കൊക്ക് വളരെ വൈകാരികമായ ശബ്ദത്തിൽ ഞണ്ടിനോട് പറഞ്ഞു.

"അയ്യോ, വല്ലാത്ത കെണിയായല്ലോ. ഇതിന് വല്ല പരിഹാരവും ജ്യോതിഷി നിർദ്ദേശിച്ചോ അമ്മാവാ." ആകുലതയോടെ ഞണ്ട് ആരാഞ്ഞു.

"ഇല്ല ജ്യോതിഷ വിധി പ്രകാരം പരിഹാരം ഒന്നുമില്ല എന്നാണ് അയാൾ പറയുന്നത്. ഇവിടെയുള്ള വലിയ ജീവികൾ ഈ കുളം വിട്ട് ബന്ധുക്കളുമായി വെള്ളം വറ്റാത്ത മറ്റേതെങ്കിലും കുളത്തിലേക്ക് മാറും. പക്ഷേ, മീനുകളുടെയും മറ്റ് ചെറു ജീവികളുടെയും കാര്യമാണ് കഷ്ടം." കൊറ്റി വികാരാധീനനായി.

"അമ്മാവാ, ഞങ്ങളെ എങ്ങനെയും രക്ഷിക്കണം. ഞങ്ങളെ രക്ഷിക്കാൻ അങ്ങേയ്ക്ക് മാത്രമേ സാധിക്കൂ. അതിന് എന്തെങ്കിലും ഒരു വഴി കാണിച്ചു തരാമോ?" കൊറ്റി ഒരു ഗൂഢതന്ത്രമാണ് മെനയുന്നത് എന്ന് തിരിച്ചറിയാതെ ഞണ്ട് ചോദിച്ചു. ഇതുകേട്ട് കൊറ്റി കുറെ നേരം ആലോചനയിൽ മുഴുകി. എന്നിട്ട് മെല്ലെ പറഞ്ഞു തുടങ്ങി, "ഇവിടെ നിന്നും അധികം അകലയല്ലാതെ ഒരു കുളമുണ്ട്. നല്ല മനോഹരമായ വലിയ കുളം. അവിടെ നിറയെ താമരകൾ വിരിഞ്ഞുനിൽക്കുകയാണ്. അതുകൊണ്ടുതന്നെ ഏറെക്കാലം മഴ പെയ്തില്ലെങ്കിലും ആ കുളം വറ്റുകയില്ല. എങ്ങനെയെങ്കിലും അവിടെ എത്തിയാൽ നിങ്ങൾ രക്ഷപ്പെട്ടു."

"പക്ഷേ, അവിടെ നല്ല കുളമുണ്ടായിട്ട് എന്ത് പ്രയോജനം? ഞങ്ങൾ ഇവിടെനിന്നും രക്ഷപ്പെട്ട് എങ്ങനെ അവിടെ എത്താനാണ്?" നിസ്സഹായതയോടെ ഞണ്ട് പറഞ്ഞു.

"അതിനൊരു വഴിയുണ്ട്." ഗഹനമായി ആലോചിക്കുന്നതായി നടിച്ചുകൊണ്ട് കൊറ്റി പറഞ്ഞു. "നിങ്ങൾ ഓരോരുത്തരായി എന്റെ പുറത്ത് കയറി ഇരിക്കുക. ഞാൻ എല്ലാവരെയും ആ കുളത്തിൽ എത്തിക്കാം." അത് നല്ലൊരു ആശയമാണെന്ന് ഞണ്ടിന് തോന്നി. അവൻ പറഞ്ഞു, "അതുകൊള്ളാം അമ്മാവാ. ഞാൻ മറ്റുള്ളവരുമായി ഒന്ന് ആലോചിക്കട്ടെ, എന്നിട്ട് പറയാം." അങ്ങനെ ഞണ്ട് കുളത്തിലെ മറ്റ് ഞണ്ടുകളും മീനുകളുമായി കൂടിയാലോചന നടത്തി. വരാൻ പോകുന്ന വരൾച്ചയെ കുറിച്ച് അവരെ ബോദ്ധ്യപ്പെടുത്തി. കൊറ്റി അമ്മാവൻ രക്ഷപ്പെടാൻ നിർദ്ദേശിച്ച സൂത്രവും അവരെ അറിയിച്ചു. അവർക്കെല്ലാം ആ നിർ

ദ്ദേശം സ്വീകാര്യമായി. അവരെല്ലാം കൊറ്റിയോടൊപ്പം പുതിയ കുളത്തിലേക്ക് പോകാൻ തയ്യാറായി. ഓരോരുത്തരും ആദ്യം എന്നെ കൊണ്ടുപോകണേ എന്ന് ബഹളം വയ്ക്കാൻ തുടങ്ങി. അപ്പോൾ കൊറ്റി പറഞ്ഞു, “എനിക്ക് വയസ്സായി. ഇപ്പോൾ പഴയത് പോലെ ഭാരം ചുമന്നുകൊണ്ട് പറക്കാൻ കഴിയില്ല. അതുകൊണ്ട് ഓരോരുത്തരെയായി മാത്രമേ കൊണ്ടുപോകാൻ സാധിക്കൂ. നിങ്ങൾ ഇങ്ങനെ ബഹളം വയ്ക്കരുത്. സാവധാനത്തിൽ എല്ലാവരേയും ഞാൻ പുതിയ കുളത്തിൽ എത്തിക്കാം.” അതു കേട്ടപ്പോൾ ജലജീവികൾ ഒന്നടങ്ങി.

അങ്ങനെ കൊറ്റി ഓരോരുത്തരെയായി തന്റെ പുറത്ത് കയറ്റി പുതിയ കുളത്തിലേക്ക് പറക്കാൻ തുടങ്ങി. തിരികെ വന്ന് ആ കുളത്തിലെ വിശേഷങ്ങൾ പൊടിപ്പും തൊങ്ങലും വച്ച് മറ്റുള്ളവർക്ക് വിശദീകരിച്ച് നൽകി അവരെ വീണ്ടും വീണ്ടും കൊതിപ്പിച്ചുകൊണ്ടിരുന്നു. കൊറ്റിയുടെ വിവരണങ്ങൾ കേൾക്കുന്തോറും ഓരോരുത്തരും മറ്റേ കുളത്തിലേക്ക് പോകാനുള്ള ധൃതിയും കൂടിക്കൂടി വന്നു.

എന്നാൽ കൊറ്റി എന്താണ് യഥാർത്ഥത്തിൽ ചെയ്യുന്നതെന്ന് മനസ്സിലാക്കാൻ ആ പാവങ്ങൾക്ക് സാധിച്ചില്ല. കൂട്ടുകാരെ, തന്റെ പുറത്തേക്ക് സ്വന്തം താൽപ്പര്യ പ്രകാരം കയറുന്ന ഇരയുമായി കൊറ്റി പുതിയ കുളത്തിലേക്കല്ല പറന്നിരുന്നത്. മറിച്ച് തന്റെ ഇരയുമായി അവൻ കുറച്ചകലെയുള്ള ഒരു വലിയ കല്ലിന്റെ മുകളിൽ ചെന്നിരിക്കും. എന്നിട്ട് തന്റെ പുറത്തുള്ള ഞണ്ടിനെയോ മത്സ്യത്തെയോ താഴെയിറക്കി അവിടെ വച്ച് കൊത്തിത്തിന്നും. ഒരു അദ്ധ്വാനവും ഇല്ലാതെതന്നെ ദിവസവും സുഭിക്ഷമായ ഭക്ഷണം കൊറ്റിക്ക് ലഭിക്കാൻ തുടങ്ങി. അവൻ തിന്ന മീനുകളുടെ മുള്ളുകളും ഞണ്ടുകളുടെ തോടുകളും പാറപ്പുറത്ത് ഒരു കൂമ്പാരം പോലെ കിടന്നു.

അങ്ങനെയിരിക്കെ ഒരു ദിവസം നമ്മുടെ കഥാനായകൻ ഞണ്ട് കൊറ്റിയോട് ഇങ്ങനെ ചോദിച്ചു: “അല്ല, അമ്മാവാ, അമ്മാവനുമായി ഏറ്റവും അടുപ്പമുള്ളത് എനിക്കാണല്ലോ. എന്നിട്ട് എന്നെ മാത്രം പുതിയ കുളത്തിലേക്ക് കൊണ്ടുപോകാത്തത് എന്തുകൊണ്ടാണ്?”

കുറെ ദിവസമായി മീനുകളെ മാത്രം തിന്ന് മടുത്തിരുന്ന കൊറ്റിക്ക് അത് കേട്ട് വളരെ സന്തോഷമായി. അവൻ ഞണ്ടിനോട് പറഞ്ഞു, "എന്നാൽ ഇന്ന് നിന്നെ കൊണ്ടുപോകാം. നീ യാത്രയ്ക്ക് തയ്യാറായിക്കോളൂ." ശേഷം മറ്റേ കുളത്തിലെ വിശേഷങ്ങൾ വിശദമായി പറഞ്ഞു കേൾപ്പിച്ച് ഞണ്ടിന്റെ ഉത്സാഹം വർദ്ധിപ്പിച്ചു.

അങ്ങനെ അന്ന് ഞണ്ടിനെയും തോളിലേറ്റി കൊറ്റി തന്റെ പതിവ് പാറയിലേക്ക് പറന്നു. എന്നാൽ വളരെ ദൂരെ നിന്ന് തന്നെ മീനുകളുടെ മുള്ളുകളും ഞണ്ടുകളുടെ തോടുകളും ചേർന്ന വലിയ കൂമ്പാരം പാറപ്പുറത്ത് കിടക്കുന്നത് നമ്മുടെ കഥാനായകൻ കണ്ടു. അവന് അധികം ആലോചിക്കാതെ തന്നെ സംഗതികളുടെ കിടപ്പ് മനസ്സിലായി. പുതിയ, വറ്റാത്ത കുളം എന്നൊക്കെ പറഞ്ഞ് കൊറ്റി തങ്ങളെ കബളിപ്പിക്കുകയും തന്റെ കൂട്ടാളികളെ കൊന്ന് തിന്നുകയുമായിരുന്നുവെന്ന് ഞണ്ടിന് മനസ്സിലായി. ആദ്യമൊന്ന് ഭയന്നെങ്കിലും അത് പുറത്ത് കാണിക്കാതെ ഞണ്ട് ചോദിച്ചു: "അമ്മാവാ ഇനി കുളത്തിലേക്ക് എത്ര ദൂരം കൂടി പറക്കണം?" "എടാ പമ്പര വിഡ്ഢീ, വറ്റാത്ത കുളമൊന്നും എവിടെയുമില്ല. അങ്ങനെയൊരു ജ്യോതിഷിയും ഇല്ല. എനിക്ക് ഇരപിടിക്കാൻ കഴിവില്ലാതെ വന്നപ്പോൾ ഞാൻ കണ്ടുപിടിച്ച ഒരുപായമാണ് വരൾച്ചയും വറ്റാത്ത കുളവുമൊക്കെ. ഇനി വറ്റാത്ത ഒരു കുളമുണ്ടെങ്കിൽ അതെന്റെ വയറ് തന്നെയാ. ആ പാറപ്പുറത്തിരുന്ന് ഇപ്പോൾ തന്നെ നിന്നെ ആ വറ്റാത്ത കുളത്തിലേക്ക് അയയ്ക്കുന്നുണ്ട്. ഒരു ഞണ്ടിനെ തിന്നിട്ട് കാലം കുറെയായി." ഉറക്കെ ചിരിച്ചുകൊണ്ട് കൊറ്റി പറഞ്ഞു.

ഇതുകേട്ട് ഞണ്ടിന് കോപം ഇരച്ചുകയറി. തന്നെയും തന്റെ ചങ്ങാതിമാരെയും പറ്റിച്ച കൊറ്റിയെ ഒരു പാഠം പഠിപ്പിക്കാൻ അവൻ തീരുമാനിച്ചു. അവന്റെ മൂർച്ചയേറിയ നഖങ്ങൾ കൊറ്റിയുടെ കഴുത്തിൽ ആണ്ടിറങ്ങി. പറഞ്ഞുതീരുന്നതിന് മുമ്പേ ഞണ്ട് കത്രിക പോലെയുള്ള അവന്റെ കാലുകൾ കൊണ്ട് കൊറ്റിയുടെ കഴുത്തിൽ ഞെരിച്ചമർത്തി. കൊറ്റി വേദനകൊണ്ട് പിടഞ്ഞു. അവൻ താഴേക്ക് താഴേക്ക് വന്നുകൊണ്ടിരുന്നു. ഒടുവിൽ ശ്വാസം നിലച്ച് അവൻ നിലത്തേക്ക് വീണു. കൊറ്റിയുടെ

കഴുത്ത് ശരീരത്തിൽനിന്നും വേർപ്പെടുന്നത് വരെ അവൻ ഇറുക്കിക്കൊണ്ടിരുന്നു. കൊറ്റിയുടെ തലയും എടുത്ത് അവൻ ഏന്തിവലിഞ്ഞ് കുളക്കരയിലെത്തി അവശേഷിക്കുന്ന തന്റെ കൂട്ടുകാരെ വിളിച്ച് ചേർത്തു.

എന്താണ് ഞണ്ട് തിരികെ വന്നതെന്ന് മറ്റുള്ളവർ ചോദിച്ചു. മറ്റ് ചിലർക്ക് അറിയേണ്ടിയിരുന്നത് കൊറ്റിയമ്മാവൻ എവിടെ എന്നായിരുന്നു. ഞണ്ട് അപ്പോൾ കൊറ്റിയുടെ തലയുയർത്തി കാണിച്ചു. അതുകണ്ട് കുളത്തിൽ ബാക്കിയുള്ള മീനുകളും ഞണ്ടുകളും നമ്മുടെ കഥാനായകനെ കുറ്റപ്പെടുത്താൻ തുടങ്ങി. “അയ്യോ, നീ എന്ത് ദ്രോഹമാണീ ചെയ്തത്? നമ്മളെ രക്ഷിക്കാൻ കഠിനശ്രമം നടത്തിക്കൊണ്ടിരുന്ന കൊറ്റിയമ്മാവനോട് തന്നെ നീ ഈ ക്രൂരത ചെയ്തല്ലോ? ദൈവം നിന്നോട് പൊറുക്കില്ല,” എന്ന് അവരിൽ ഒരുവൻ ദേഷ്യവും സങ്കടവും കലർന്ന സ്വരത്തിൽ ഞണ്ടിനോട് പറഞ്ഞു.

“ഹേയ് ശാന്തരാവിൻ കൂട്ടരെ. സത്യമറിഞ്ഞാൽ നിങ്ങൾ എന്നെ കുറ്റപ്പെടുത്തില്ല.” ഞണ്ട് മറ്റുള്ളവരോട് പറഞ്ഞു. എന്താണ് സംഭവിച്ചത് എന്നറിയാൻ കാത്തിരുന്ന അവർ ആകാംക്ഷയോടെ അവന്റെ വാക്കുകൾ ശ്രവിച്ചു. “ആ കൊറ്റി മഹാചതിയനായിരുന്നു. അവൻ നമ്മളോട് പറഞ്ഞതൊക്കെ കള്ളമായിരുന്നു. ഇവിടെ ഒരു വരൾച്ചയും വരാൻ പോകുന്നില്ല. അങ്ങ് ദൂരെ ഒരിക്കലും വറ്റാത്ത ഒരു കുളവുമില്ല. ഇതിനുമുമ്പ് കൊണ്ടുപോയ നമ്മുടെ ചങ്ങാതിമാരെയൊക്കെ അവൻ കൊന്നുതിന്നുകയായിരുന്നു. ഇത് മനസ്സിലാക്കിയപ്പോഴാണ് ഞാൻ അവനെ കഴുത്ത് ഞെരിച്ച് കൊന്നത്. ഇനി കുഴപ്പമൊന്നും ഉണ്ടാകില്ല. നിങ്ങൾക്കിവിടെ സ്വസ്ഥമായി കഴിയാം.”

കരുത്തില്ലെങ്കിലും ബുദ്ധിയും അത് സമയത്ത് പ്രയോഗിക്കാനുള്ള യുക്തിയും ഉണ്ടെങ്കിൽ നിങ്ങൾക്ക് ഏത് പ്രതിസന്ധിയെയും മറികടക്കാമെന്ന് ഇപ്പോൾ മനസ്സിലായില്ലേ കൂട്ടരേ.

ബ്രാഹ്മണനും കള്ളന്മാരും

ചങ്ങാതിമാരെ ബുദ്ധിയും വിവേകവും ഉണ്ടെന്ന് വിചാരിച്ച് ലോകത്തിൽ നമ്മെ തോൽപ്പിക്കാൻ ആർക്കുമാവില്ല എന്നു കരുതരുത്. നമ്മളെക്കാൾ കൗശലക്കാരാണ് നമുക്ക് ചുറ്റും എന്ന് കരുതി വേണം ജീവിക്കാൻ. ബുദ്ധിമാനും പണ്ഡിതനുമായ ഒരു ബ്രാഹ്മണനെ പറ്റിച്ച മൂന്ന് കള്ളന്മാരുടെ ഈ കഥ ഒന്ന് ശ്രദ്ധിക്കൂ:

പണ്ടുകാലത്ത് ദേവപ്രീതിക്കും മറ്റുമായി ഇന്ത്യയിലങ്ങോളമിങ്ങോളം പല വിധത്തിലുള്ള യാഗങ്ങൾ നടത്തിയിരുന്നു. സമൂഹത്തിന് ഗുണം വരുന്നതിനായി നടത്തുന്ന യാഗങ്ങൾക്ക് പശു, ആട്, കുതിര തുടങ്ങിയ മൃഗങ്ങളെ ആവശ്യമുണ്ടായിരുന്നു. അങ്ങനെയിരിക്കെ അഗ്നിശർമ്മൻ എന്ന ബ്രാഹ്മണൻ ഒരു യാഗം നടത്താൻ തീരുമാനിച്ചു. അതീവ ബുദ്ധിമാനും പണ്ഡിതനുമായിരുന്നു അഗ്നിശർമ്മൻ. യാഗത്തിന്റെ ആവശ്യത്തിനായി അദ്ദേഹം ദൂരെയുള്ള ഒരു ഗ്രാമത്തിൽനിന്നും ഒരു ആടിനേയും വാങ്ങി വീട്ടിലേക്ക് തിരിച്ചു.

നല്ല കൊഴുത്ത ഒരാടായിരുന്നു അത്. അഗ്നിശർമ്മൻ അതിനെ തോളിലേറ്റിയാണ് വീട്ടിലേക്ക് നടന്നത്. വഴിയിലൊരിടത്ത് വച്ച് ഈ കാഴ്ച മൂന്ന് കള്ളന്മാരുടെ ദൃഷ്ടിയിൽപ്പെട്ടു. ആ ദിവസങ്ങളിൽ കള്ളന്മാർക്ക് വലിയ കോളൊന്നും ലഭിച്ചിരു

ന്നില്ല. എന്ന് മാത്രമല്ല, പട്ടിണി മൂലം മൂന്ന് പേരും വിശന്ന് വല ഞ്ഞിരിക്കുന്ന സമയവുമായിരുന്നു അത്. എങ്ങനെയെങ്കിലും ആ തടിച്ചുകൊഴുത്ത ആടിനെ തട്ടിയെടുക്കണം എന്നവർ തീരുമാനിച്ചു. അതിനെ കിട്ടിയാൽ ഇന്നത്തെ കാര്യം കുശാലായി. അവർ അതിനായി ഒരു തന്ത്രം മെനഞ്ഞു.

ഇതൊന്നുമറിയാതെ ബ്രാഹ്മണൻ മുന്നോട്ട് നടക്കുകയായിരുന്നു. പെട്ടെന്ന് കള്ളന്മാരിൽ ഒരാൾ അയാളുടെ മുന്നിൽ പ്രത്യക്ഷപ്പെട്ടു.

"അല്ലാ, അങ്ങ് ഇതെന്ത് പണിയാ ഈക്കാണിക്കുന്നത്. ഇതൊരു പട്ടിയല്ലേ. ഏതെങ്കിലും ബ്രാഹ്മണൻ അതിനെ തോളിലേറ്റി നടക്കുമോ? അതും തൊട്ടാൽ കുളിക്കേണ്ട ജാതിയെ," എന്ന് ബ്രാഹ്മണനെ കള്ളൻ പ്രകോപിപ്പിച്ചു. ബ്രാഹ്മണന് വല്ലാതെ കോപം വന്നു. "എന്താ നിന്റെ മുഖത്ത് കണ്ണില്ലേ? ഇതൊരു ആടാണെന്ന് കണ്ടാൽ അറിയില്ലേ? ആട് എങ്ങനെയാണ് പട്ടിയാകുന്നത്? വിഡ്ഢിത്തം പറയാതെ കടന്നുപോകൂ." ബ്രാഹ്മണൻ കള്ളനെ ശകാരിച്ചു.

ആദ്യത്തെ കള്ളൻ തന്ത്രപൂർവ്വം പിൻവാങ്ങി. കുറച്ച് ദൂരം കൂടി നടന്നപ്പോൾ രണ്ടാമത്തെ കള്ളൻ അഗ്നിശർമ്മന്റെ മുന്നിൽ പ്രത്യക്ഷപ്പെട്ടു. "ഹേ, ബ്രാഹ്മണാ, അങ്ങെന്ത് മണ്ടത്തരമാണ് ഈ കാട്ടുന്നത്? എന്തിനാണ് ചത്ത ഒരു പശുക്കുട്ടിയെയും തോളിലേറ്റി നടക്കുന്നത്. കാലം പോയ പോക്കേ. അങ്ങേയ്ക്ക് എന്താ, സ്ഥിരബുദ്ധി നഷ്ടപ്പെട്ടോ?" എന്നായി രണ്ടാമത്തെ കള്ളൻ.

ബ്രാഹ്മണന് ദ്വേഷ്യവും സങ്കടവും ഒരുപോലെ വന്നു. ഒരുത്തൻ ആടിനെ പട്ടിയാക്കാൻ വന്നു. ഇപ്പോഴിതാ മറ്റൊരുത്തൻ അതിനെ ചത്ത പശുക്കുട്ടിയാക്കുന്നു. ഈ നാട്ടിലുള്ളവർക്കൊക്കെ എന്ത് പറ്റി?

"എന്താ നിന്റെ കണ്ണിന്റെ കാഴ്ചയും നഷ്ടപ്പെട്ടോ? ഇത് പശുക്കുട്ടിയല്ല. അത് ചത്തിട്ടുമില്ല. ഇത് ലക്ഷണമൊത്ത ഒരാടാണ്. സൂക്ഷിച്ച് നോക്കിയിട്ട് വേണം അഭിപ്രായങ്ങൾ എഴുന്നള്ളിക്കാൻ." ബ്രാഹ്മണൻ കോപത്തോടെ മൊഴിഞ്ഞു.

"ആരു പറഞ്ഞു ഇതൊരു ആടാണെന്ന്? ഇത് ലക്ഷണമൊ

ത്ത ഒരു പശുക്കുട്ടി തന്നെ. കഷ്ടം, ഈ പ്രായത്തിൽത്തന്നെ അങ്ങയുടെ സ്വബുദ്ധി നശിച്ചല്ലോ.” എന്നായി രണ്ടാമത്തെ കള്ളൻ.

ഇത് കേട്ടതോടെ ബ്രാഹ്മണൻ തെല്ല് ആശയക്കുഴപ്പത്തിലായി. എങ്കിലും തന്റെ വിശ്വാസം വീണ്ടും മനസ്സിലുറപ്പിച്ച് അയാൾ യാത്ര തുടർന്നു. വീണ്ടും കുറേ ദൂരം നടന്നപ്പോൾ മൂന്നാമത്തെ കള്ളൻ അഗ്നിശർമ്മന്റെ മുന്നിൽ പ്രത്യക്ഷപ്പെട്ടു. അയാളും അഗ്നിശർമ്മനെ കളിയാക്കി: “അയ്യോ, അങ്ങെന്താണ് ഈ കാണിക്കുന്നത്? ആരെങ്കിലും കഴുതയെയും ചുമന്ന് നടക്കുമോ? മറ്റാരെങ്കിലും കാണുന്നതിന് മുമ്പ് അതിനെ താഴെയിറക്കൂ. ആരെങ്കിലും കണ്ടാൽ അങ്ങേയ്ക്ക് തന്നെയാണ് അതിന്റെ മാനക്കേട്.”

ബ്രാഹ്മണൻ മൂന്നാമത്തെ കള്ളനെയും ശകാരിച്ച് ഓടിച്ചു. പക്ഷേ, അയാളുടെ മനസ്സിൽ സംശയം മുളപൊട്ടാൻ തുടങ്ങി. ഇനി ഇത് പട്ടിയോ പശുക്കുട്ടിയോ അഥവാ കഴുത തന്നെയോ ആകുമോ? ആശയക്കുഴപ്പം അഗ്നിശർമ്മനെ കലശലായി ബാധിച്ചു. ഇങ്ങനെ പലതും ചിന്തിച്ച് അയാളുടെ പരിഭ്രമം വർദ്ധിച്ചു. ഇനി ഇത് വല്ല അത്ഭുതസിദ്ധിയുമുള്ള മൃഗമാണോ? സ്വയം വേഷം മാറാനുള്ള കഴിവ് ഇതിനുണ്ടോ? അതോ വല്ല ഭൂതങ്ങളോ പ്രേതങ്ങളോ മറ്റോ ആണോ? നിരവധി സംശയങ്ങൾ അയാളെ വേട്ടയാടാൻ തുടങ്ങി. അതോടെ ബ്രാഹ്മണന്റെ ധൈര്യമെല്ലാം ചോർന്നുപോയി. ഒടുവിൽ അയാൾ ആ തീരുമാനത്തിലെത്തി. ആടിനെ താഴെയിറക്കി അവിടെത്തന്നെ ഉപേക്ഷിച്ച് അഗ്നിശർമ്മൻ വീട് ലാക്കാക്കി നടന്നു. അയാളെ പിറകെ കൂടിയ കള്ളന്മാർ അപ്പോൾത്തന്നെ ആടിനെ പിടികൂടി കൊന്ന് ഭക്ഷണമാക്കുകയും ചെയ്തു.

ബുദ്ധിയും അറിവും ഉണ്ടെങ്കിലും നമ്മൾ പറ്റിക്കപ്പെട്ടേക്കാം എന്നതാണ് ഈ കഥ നൽകുന്ന പാഠം. നമ്മളെക്കാൾ ബുദ്ധിയും കൗശലവുമുള്ളവർ നമുക്ക് ചുറ്റുമുണ്ടെന്ന് എപ്പോഴും ഓർക്കുക. അതുകൊണ്ട് തന്നെ നല്ലവണ്ണം, യുക്തിപൂർവ്വം ആലോചിച്ചതിന് ശേഷം മാത്രമേ ഏതൊരു തീരുമാനവും എടുക്കാവൂ.

കീരിയും കൊറ്റിയും

എന്തെങ്കിലും പ്രശ്നങ്ങളിൽ പെട്ടുപോകുമ്പോഴൊക്കെ അതിൽനിന്നും രക്ഷപ്പെടാനുള്ള വഴികൾ കണ്ടെത്താനുള്ള ത്വര എല്ലാ ജീവികളിലും ജന്മനാ ഉള്ളതാണ്. ചില ഉപായങ്ങളിലൂടെ അല്ലെങ്കിൽ സൂത്രപ്പണികളിലൂടെ പ്രശ്നങ്ങളിൽനിന്നും രക്ഷപ്പെടാനാണ് പലരും ശ്രമിക്കുക. എന്നാൽ, അപായ സമയത്ത് കണ്ടെത്താറുള്ള ഉപായങ്ങൾ ചിലപ്പോൾ കൂടുതൽ അപകടങ്ങൾ ക്ഷണിച്ചുവരുത്താറുണ്ട്. അതുകൊണ്ടുതന്നെ, പ്രശ്നങ്ങളിൽനിന്നും രക്ഷപ്പെടാനായി സൂത്രപ്പണികൾ പ്രയോഗിക്കുമ്പോൾ അതിന്റെ വരുംവരായ്കകൾ കൂടി ചിന്തിക്കണം എന്ന് ചുരുക്കം. ഈ കീരിയുടെയും കൊറ്റിയുടെയും കഥ ഒന്ന് വായിച്ചുനോക്കൂ. അപ്പോൾ നിങ്ങൾക്ക് മുകളിൽ പറഞ്ഞതിന്റെ അർത്ഥം മനസ്സിലാകും.

ഈ കഥ നടക്കുന്നത് ഒരു കൊടുംകാട്ടിലാണ്. അവിടെ ഒരു വലിയ ആൽമരം ഉണ്ടായിരുന്നു. ധാരാളം കൊറ്റികൾ ആ മരത്തിൽ പാർത്തിരുന്നു. അവർ കാലാകാലങ്ങളായി ആ മരത്തിൽ പാർത്തുവരുന്നവരാണ്. അങ്ങനെയിരിക്കെ ക്ഷണിക്കപ്പെടാത്ത ഒരു അതിഥി ആ ആൽമരത്തിൽ കുടിയേറി. ഭീമാകാരനായ ഒരു കൃഷ്ണസർപ്പമായിരുന്നു അത്. എത്ര തിന്നാലും മതിവരാത്ത ഒരു ആർത്തിപ്പണ്ടാരമായിരുന്നു ആ കൃഷ്ണസർപ്പം.

പകൽ സമയത്ത് കൊറ്റികൾ ഇരതേടി പുറത്തേക്ക് പോയിക്കഴിയുമ്പോൾ കൃഷ്ണസർപ്പം പതിയെ തന്റെ പൊത്തിൽ നിന്നും വെളിയിലിറങ്ങും. കൊറ്റികളുടെ കൂടുകൾ സന്ദർശിച്ച് ചിറകുമുളയ്ക്കാത്ത കൊറ്റിക്കുഞ്ഞുങ്ങളെ ഒന്നൊന്നായി തിന്നും.

അങ്ങനെയിരിക്കെ നമ്മുടെ കഥാനായകനായ കൊറ്റിയുടെ മുഴുവൻ കുഞ്ഞുങ്ങളെയും സർപ്പം കൊന്നുതിന്നു. വേദന സഹിക്കാതെ കൊറ്റി അടുത്തുള്ള കുളത്തിന്റെ കരയിലിരുന്ന് കണ്ണീർവാർത്തു. ഇതുകണ്ട് മനസ്സലിഞ്ഞ ഒരു ഞണ്ട് കൊറ്റിയോട് കാര്യം തിരക്കി. കൊറ്റി തന്റെ ദുഃഖകാരണം ഞണ്ടിനോട് പങ്കുവച്ചു.

“ഞങ്ങൾ താമസിക്കുന്ന ആൽമരത്തിൽ ഒരു ഉഗ്രസർപ്പം വന്ന് കൂടിയിരിക്കുന്നു. അവൻ ഞങ്ങളുടെ കുഞ്ഞുങ്ങളെയെല്ലാം കൊന്നുതിന്നുകയാണ്. അവനെ നേരിടാനുള്ള ശേഷി ഞങ്ങൾക്കില്ല. കഴിഞ്ഞ ദിവസം അവൻ എന്റെ മുഴുവൻ കുഞ്ഞുങ്ങളെയും കൊന്നുതിന്നു. അവനെ വകവരുത്താൻ എന്താണ് മാർഗ്ഗം എന്നറിയില്ല.” കൊറ്റി തന്റെ കദനകഥ ഞണ്ടിനോട് പറഞ്ഞു. ഞണ്ട് ആലോചനയിൽ മുഴുകി. ഒടുവിൽ അവനൊരു ഉപായം നിർദ്ദേശിച്ചു.

“നീ ഒരു കാര്യം ചെയ്യൂ. ധാരാളം മത്സ്യങ്ങളെ പിടിക്കുക. എന്നിട്ട് കീരിയുടെ മാളം മുതൽ സർപ്പത്തിന്റെ പൊത്തുവരെയുള്ള വഴിയിൽ മീനുകളെ വിതറിയിടുക. മാളത്തിന് പുറത്തിറങ്ങുമ്പോൾ കീരി ഈ മത്സ്യങ്ങൾ കാണണം. ബാക്കി കീരി ചെയ്തുകൊള്ളും.”

ഞണ്ട് പറഞ്ഞതിനെക്കുറിച്ച് കൊറ്റി ഗഹനമായി ആലോചിച്ചു. അതിൽ ഒരു യുക്തിയുണ്ടെന്ന് അവന് ബോദ്ധ്യമായി. അങ്ങനെ കൊറ്റി കുറെ മത്സ്യങ്ങളെ പിടിച്ച് കീരിയുടെ മാളം മുതൽ സർപ്പത്തിന്റെ പൊത്തുവരെയുള്ള വഴിയിൽ വിതറി. മാളത്തിൽനിന്നും പുറത്തിറങ്ങിയ കീരി മത്സ്യങ്ങളെ തിന്ന്, തിന്ന് സർപ്പത്തിന്റെ പൊത്തിന് അടുത്തുവരെ എത്തി. ഒച്ചകേട്ട് സർപ്പം ചീറിക്കൊണ്ട് പുറത്തുവന്നു. തുടർന്ന് നടന്ന പോരാട്ടത്തിൽ സർപ്പത്തെ കീരി കടിച്ചുകൊന്നു. അങ്ങനെ കൊറ്റിയുടെ ആഗ്രഹം സഫലമായി.

എന്നാൽ, ഇതിനിടയിൽ ഗുഢമായി ചില കാര്യങ്ങൾ നടക്കുന്നുണ്ടായിരുന്നു. കൊറ്റികൾ പൊതുവെ ഞണ്ടുകളുടെ ശത്രുക്കളാണെന്ന് അറിയാമല്ലോ. തന്റെ വർഗ്ഗശത്രുവായ കൊറ്റി തന്നോട് സഹായം ആവശ്യപ്പെട്ടപ്പോൾ തന്നെ കൊറ്റിയെ നശിപ്പിക്കാനുള്ള വഴിയും ഞണ്ട് ആലോചിച്ചിരുന്നു. അതിൻപ്രകാരം അവൻ കീരിയെ കാണുകയും പാമ്പിനെ കൊന്ന് കഴിഞ്ഞാലും ധാരാളം കൊറ്റികളെ തിന്നാൻ കിട്ടുമെന്ന് പ്രലോഭിപ്പിക്കുകയും ചെയ്തിരുന്നു. അതുകൊണ്ടുതന്നെ, സർപ്പത്തെ കൊന്നിട്ടും അരയാൽ വിട്ടുപോകാൻ കീരി തയ്യാറായില്ല. അവൻ കൊറ്റികളെ ഒന്നൊന്നായി പിടിച്ച് കൊന്നുതിന്നാൻ തുടങ്ങി. മിക്ക കൊക്കുകളും കീരിയുടെ പിടിയിൽ വീണു. അവ ശേഷിച്ചവ അരയാൽ ഉപേക്ഷിച്ച് രക്ഷപ്പെട്ടു പോവുകയും ചെയ്തു.

ഇപ്പോൾ മനസ്സിലായില്ലെ, ആരെങ്കിലും ഉപദേശിച്ചു തരുന്ന ഉപായങ്ങൾ പ്രയോഗിക്കുന്നതിന് മുമ്പ് അതിന്റെ പിന്നിലുള്ള ഉദ്ദേശ്യങ്ങൾ കൂടി തിരിച്ചറിയണമെന്ന്?

മൂഷികസ്ത്രീ പിന്നെയും മൂഷികസ്ത്രീ

നമ്മൾ ഏത് സാഹചര്യത്തിൽ വളർന്നാലും ജീവിച്ചാലും സ്വവർഗ്ഗത്തെ വിട്ട് പെരുമാറില്ല. അതിന് ഉദാഹരണമാണ് ഈ മൂഷികസ്ത്രീ. പണ്ട് ഗംഗാതീരത്ത് ദിവ്യനായ ഒരു സന്ന്യാസി ജീവിച്ചിരുന്നു. എല്ലാ ദിവസവും രാവിലെയും വൈകിട്ടും അദ്ദേഹം ഗംഗയിൽ കുളിക്കാൻ പോകും.

ഒരു ദിവസം സന്ധ്യാവന്ദനത്തിനായി ഗംഗാജലം കൈക്കുമ്പിളിൽ കോരിയെടുത്ത് പ്രാർത്ഥനാനിരതനായി അദ്ദേഹം നിന്നപ്പോൾ, കൈയിൽ എവിടെ നിന്ന് എന്നറിയാതെ ഒരു എലിക്കുഞ്ഞ് വന്നുവീണു. ഞെട്ടി കണ്ണുതുറന്ന് നോക്കിയ സന്ന്യാസി കണ്ടത് കൈക്കുമ്പിളിലെ എലിക്കുഞ്ഞിനെയാണ്. അദ്ദേഹം മുകളിലേക്ക് നോക്കിയപ്പോൾ ഒരു പരുന്ത് റാകിപ്പറക്കുന്നത് കണ്ടു. അദ്ദേഹത്തിന് കാര്യം മനസ്സിലായി. എലിക്കുഞ്ഞിനെ റാഞ്ചിക്കൊണ്ട് പറന്ന പരുന്തിന്റെ കാലിൽനിന്നും അത് വഴുതി തന്റെ കൈക്കുമ്പിളിൽ വീണതാണ്.

അദ്ദേഹത്തിന് എന്തുകൊണ്ടോ ആ പെണ്ണെലിക്കുഞ്ഞിനോട് സഹതാപം തോന്നി. അദ്ദേഹം തന്റെ മന്ത്രശക്തി ഉപയോഗിച്ച് അതിനെ സുന്ദരിയായ ഒരു പെൺകുട്ടിയാക്കി മാറ്റി. മഹർഷിക്കും ഭാര്യക്കും കുട്ടികളില്ലാത്തതിനാൽ വിഷമിച്ചിരുന്ന കാലമായിരുന്നു അത്. ആ പെൺകുട്ടിയെയും കൊണ്ട്

മഹർഷി തന്റെ ആശ്രമത്തിലെത്തി.

"പ്രിയതമേ, ഇതാ ഞാൻ നിനക്കായി ഒരു ഓമന പെൺകുട്ടിയെ കൊണ്ടുവന്നിരിക്കുന്നു. നമ്മുടെ മകളായി ഇവൾ ഇവിടെ വളരട്ടെ. അതോടെ മക്കളില്ല എന്ന നമ്മുടെ ദുഃഖം ശമിക്കും." മഹർഷി ഭാര്യയോട് പറഞ്ഞു.

തങ്ങൾക്കിനി കുട്ടികൾ ഉണ്ടാവില്ല എന്നറിയാമായിരുന്ന മഹർഷിയുടെ പത്നിക്ക് വലിയ സന്തോഷമായി. "വരൂ മകളേ, ഞങ്ങൾ നിനക്ക് നല്ല അച്ഛനമ്മമാരായിരിക്കും. മോൾക്ക് ഇവിടെ ഒന്നിനും ഒരു ബുദ്ധിമുട്ടും ഉണ്ടാവില്ല." അവർ ആഹ്ലാദത്തോടെ മൊഴിഞ്ഞു.

അങ്ങനെ അവർ സന്തോഷത്തോടെ ആ ആശ്രമത്തിൽ ജീവിച്ചു വന്നു. കാലം കടന്നുപോയപ്പോൾ ആ പെൺകുട്ടിക്ക് വിവാഹപ്രായമായി. "ദേവ, നമ്മൾ നമ്മുടെ കടമ മറന്നുവോ എന്നെനിക്കൊരു സംശയം." ഭാര്യ മഹർഷിയോട് പറഞ്ഞു.

"പ്രിയേ, എന്താണ് നീ ഉദ്ദേശിക്കുന്നത്?" മഹർഷി ആരാഞ്ഞു.

"ഭഗവൻ, നമ്മുടെ മകൾക്ക് വിവാഹപ്രായമായിരിക്കുന്നു. എന്നാൽ പുത്രീവാത്സല്യം നിമിത്തം അങ്ങത് മറന്നുപോയോ എന്നൊരു സംശയം." ഭാര്യ വിശദീകരിച്ചു.

"ഞാൻ അതേക്കുറിച്ച് ആലോചിക്കാതിരുന്നതല്ല. അവൾക്ക് യോജിച്ച ഒരാളെ കണ്ടെത്തി വേണം അവളുടെ വിവാഹം നടത്താൻ. വിദ്യാഭ്യാസവും സമ്പത്തും സൗന്ദര്യവും ബന്ധുബലവുമുള്ള ഒരാൾക്കേ ഞാനെന്റെ മകളെ വിവാഹം കഴിച്ച് നൽകൂ." മഹർഷി തന്റെ നിലപാട് വ്യക്തമാക്കി.

പിന്നീട് പെൺകുട്ടിക്ക് വേണ്ടി വരനെ അന്വേഷിക്കാൻ തുടങ്ങി. എന്നാൽ, മനുഷ്യർക്കിടയിൽ വ്യാപകമായി അന്വേഷിച്ചിട്ടും മഹർഷി ഉദ്ദേശിച്ച ഗുണഗണങ്ങളുള്ള ഒരാളെ കണ്ടെത്താൻ സാധിച്ചില്ല. അങ്ങനെയിരിക്കെ അദ്ദേഹത്തിന്റെ മനസ്സിൽ പുതിയൊരു ചിന്ത ഉടലെടുത്തു. ലോകം മുഴുവൻ ആരാധനയോടെ വണങ്ങുന്ന ആളാണ് സൂര്യഭഗവാൻ. താൻ തന്നെ എല്ലാ പ്രഭാതത്തിലും അദ്ദേഹത്തെ നമസ്കരിച്ചിട്ടാണ് ദൈനംദിന കർ

ത്തവ്യങ്ങളിലേക്ക് കടക്കുന്നത്. എന്തുകൊണ്ട് സൂര്യഭഗവാനെ തന്റെ മകൾക്ക് ഭർത്താവാക്കിക്കൂടാ?

അദ്ദേഹം ഭാര്യയോട് അഭിപ്രായം തേടി. അവർക്ക് വളരെ സന്തോഷമായി. സർവ്വ ചരാചരങ്ങളുടെയും രക്ഷകനായ സൂര്യഭഗവാനാണ് തന്റെ മകൾക്ക് ഉത്തമനായ ഭർത്താവെന്ന് അവർ ഉറപ്പിച്ച് പറഞ്ഞു. മഹർഷി പിന്നെ മറ്റൊന്നും ആലോചിച്ചില്ല. തന്റെ ദിവ്യശക്തി ഉപയോഗിച്ച് അദ്ദേഹം സൂര്യഭഗവാനെ പ്രത്യക്ഷനാക്കി. എന്നിട്ട് അദ്ദേഹം മകളെ അടുത്ത് വിളിച്ചു. "മകളേ, ലോകത്തിന് വെളിച്ചം നൽകുന്ന സൂര്യഭഗവാനാണിത്. നിനക്ക് അദ്ദേഹത്തെ വിവാഹം കഴിക്കാൻ സമ്മതമാണോ?"

എന്നാൽ പ്രതീക്ഷയ്ക്ക് വിരുദ്ധമായി മകൾ ആ നിർദ്ദേശം നിരസിക്കുകയാണ് ചെയ്തത്. "പിതാവേ, അങ്ങ് ക്ഷമിക്കണം. എന്തും ചുട്ടെരിക്കാൻ ശേഷിയുള്ള ഇദ്ദേഹത്തെ എനിക്ക് ഭർത്താവായി വേണ്ട. അദ്ദേഹത്തിന്റെ ചൂടിൽ ഒരുപക്ഷേ, ഞാൻ തന്നെ കരിഞ്ഞുപോകും. കുറച്ചുകൂടി മിടുക്കനായ ഒരാളെയാണ് ഞാൻ ആഗ്രഹിക്കുന്നത്" എന്നവൾ മറുപടി പറഞ്ഞു.

മഹർഷി ആശയക്കുഴപ്പത്തിലായി. എങ്കിലും അദ്ദേഹം സൂര്യഭഗവാനോട് ഇങ്ങനെ ചോദിച്ചു: "ഭഗവാനേ, അങ്ങയേക്കാൾ യോഗ്യനായ ആരാണ് ഈ പ്രപഞ്ചത്തിൽ ഉള്ളത്?"

"മഹർഷേ, എന്നെയും എന്റെ വെളിച്ചത്തേയും മറയ്ക്കാൻ സാധിക്കുന്ന ഒരാളേ ഈ ലോകത്തുള്ളു. അത് മേഘമാണ്. അതുകൊണ്ട് മേഘമാണ് എന്നെക്കാൾ യോഗ്യൻ. അങ്ങ് ദയവായി അവനെ സമീപിച്ചാലും," എന്ന് മഹർഷിയോട് ഉപദേശിച്ചിട്ട് സൂര്യൻ മറഞ്ഞുപോയി.

സൂര്യന്റെ ഉപദേശപ്രകാരം മഹർഷി മേഘത്തെ മന്ത്രം ജപിച്ച് വിളിച്ചുവരുത്തി. എന്നിട്ട് മകളോട് ഇങ്ങനെ ആരാഞ്ഞു: "മകളേ സൂര്യനെ മറയ്ക്കാൻ ശക്തിയുള്ളവനാണ് ഇവൻ. ഇവനെ നിനക്ക് ഇഷ്ടപ്പെട്ടില്ലേ?"

അപ്പോഴും മകൾ നിഷേധാർത്ഥത്തിലാണ് മറുപടി പറഞ്ഞത്. "അച്ഛാ, ഇദ്ദേഹത്തിന് സൂര്യനെ മറയ്ക്കാനുള്ള കഴിവുണ്ടാകും. എന്നാൽ, യാതൊരു ചൈതന്യവുമില്ല. കറുകറുത്താ

ണിരിക്കുന്നത്. എനിക്ക് ഇദ്ദേഹത്തെ വേണ്ട. കുറച്ചുകൂടി സുന്ദരനായ ഒരാളെയാണ് എനിക്ക് വേണ്ടത്."

മഹർഷി വീണ്ടും ധർമ്മസങ്കടത്തിലായി. "അങ്ങയെക്കാൾ സുന്ദരനായ ആരാണ് ഇനിയുള്ളത്?" എന്ന് മേഘത്തോട് ആരാഞ്ഞു.

"എന്നെ ചിന്നിച്ചിതറിക്കാൻ കഴിവുള്ള ഒരാൾ ഈ ഭൂമുഖത്തുണ്ട്. കാറ്റല്ലാതെ മറ്റാരുമല്ല അത്. അതിനാൽ വായുഭഗവാനോട് അങ്ങയുടെ ആവശ്യം അറിയിക്കൂ. ഒരുപക്ഷേ, അദ്ദേഹം കനിയാതിരിക്കില്ല. എന്തുകൊണ്ടും എന്നെക്കാൾ യോഗ്യനാണ് അദ്ദേഹം." എന്ന് പറഞ്ഞ് മേഘം അപ്രത്യക്ഷനായി.

മേഘത്തിന്റെ ഉപദേശപ്രകാരം മഹർഷി മന്ത്രം ചൊല്ലി വായുഭഗവാനെ വരുത്തി. എന്നിട്ട് മകളോട് അദ്ദേഹത്തെ ഇഷ്ടപ്പെട്ടോ എന്ന് ആരാഞ്ഞു.

പക്ഷേ, "അച്ഛൻ എന്നോട് പൊറുക്കണം. വായുഭഗവാൻ ചപലഹൃദയനാണ്. ഒരിടത്തും ഉറച്ച് നിൽക്കാതെ ലക്ഷ്യമില്ലാതെ പായുന്ന സ്വഭാവമാണ് അദ്ദേഹത്തിന്. അതിനാൽത്തന്നെ അദ്ദേഹം എനിക്ക് യോജിച്ചവനല്ല." എന്നായിരുന്നു മകളുടെ മറുപടി.

ഇതുകേട്ട് മഹർഷി വിഷമത്തിലായി. എങ്കിലും തന്റെ നിരാശ മറച്ചുവെച്ചുകൊണ്ട് അദ്ദേഹം വായുഭഗവാനോട് ഇങ്ങനെ ചോദിച്ചു: "ഭഗവാനേ, അങ്ങയെക്കാൾ യോഗ്യതയുള്ള മറ്റാരാണ് ഈ ഭൂമുഖത്തുള്ളത്?"

"എന്നെ തടഞ്ഞുനിറുത്താൻ കരുത്തുള്ളതായി ഈ ഭൂമിയിൽ ഒരാൾ മാത്രമേയുള്ളൂ. എത്ര ശക്തിയായി ഞാൻ വീശിയടിച്ചാലും എന്നെ തടഞ്ഞുനിറുത്താൻ ശേഷിയുള്ള പർവ്വതത്തോട് അങ്ങ് മകളെ വിവാഹം കഴിക്കാൻ ആവശ്യപ്പെട്ടാലും." എന്ന് പറഞ്ഞ് വായുഭഗവാനും അപ്രത്യക്ഷനായി.

മഹർഷി വീണ്ടും ദിവ്യമന്ത്രം ചൊല്ലി പർവ്വതത്തെ വിളിച്ചുവരുത്തി. എന്നിട്ട് മകളോട് അഭിപ്രായം ആരാഞ്ഞു.

"അച്ഛാ, ഇദ്ദേഹം നിന്നേടുത്ത് നിന്നും ഇളകാത്തവനാണ്. മാത്രമല്ല, കഠിനചിത്തനും. കുറച്ചുകൂടി യോഗ്യതയുള്ള ഒരുവ

നായിരിക്കണം എന്റെ ഭർത്താവ്." എന്ന് മകൾ വീണ്ടും അനിഷ്ടം അറിയിച്ചു.

മഹർഷിക്ക് നല്ല ദേഷ്യം വന്നെങ്കിലും അതടക്കിക്കൊണ്ട് പർവ്വതത്തോട് ഇങ്ങനെ ചോദിച്ചു: "അല്ലയോ മഹാനുഭാവൻ, അങ്ങയെക്കാൾ യോഗ്യനായ മറ്റാരാണ് ഇവിടെയുള്ളത്?"

"എന്റെ ശരീരം കടിച്ചുമുറിക്കുന്ന ഒരാൾ മാത്രമേയുള്ളു. അത് എലിയാണ്. അതുകൊണ്ട് അവൻ എന്നെക്കാൾ യോഗ്യനാണ്. അങ്ങ് എലിയെ വിളിച്ച് താങ്കളുടെ ആവശ്യം അറിയിക്കൂ." എന്ന് പറഞ്ഞ് പർവതവും വിടവാങ്ങി. ഒടുവിൽ ഗത്യന്തരമില്ലാതെ മുനി എലിയെ വിളിച്ചുവരുത്തി. എന്നിട്ട്, പതിവ് പോലെ മകളോട് അഭിപ്രായം ചോദിച്ചു. അപ്പോൾ അവൾ ഇങ്ങനെ മറുപടി പറഞ്ഞു.

"അല്ലയോ പിതാവേ, ഇദ്ദേഹം എന്നെ വിവാഹം കഴിക്കാൻ എന്തുകൊണ്ടും യോഗ്യനാണ്. അങ്ങ് എന്നെ വീണ്ടും മൂഷിക സ്ത്രീ ആക്കിയാൽ ഞങ്ങൾക്ക് സന്തോഷത്തോട് കൂടിയ വിവാഹജീവിതം നയിക്കാനാവും." മകളുടെ ആവശ്യം കേട്ട് മനസ്സില്ലാമനസ്സോടെയാണെങ്കിലും മഹർഷി അവളെ വീണ്ടും മൂഷിക സ്ത്രീയാക്കി മാറ്റി. അവൾ എലിയെ വിവാഹം കഴിച്ച് സന്തോഷത്തോടെ ശിഷ്ടകാലം ജീവിച്ചു.

എത്ര സുഖസൗകര്യങ്ങൾ നൽകിയാലും സ്നേഹിച്ചാലും ഒരു വർഗ്ഗത്തിന്റെ അടിസ്ഥാന സ്വഭാവം മാറ്റാൻ കഴിയില്ല എന്ന് ഇപ്പോൾ മനസ്സിലായില്ലേ?

കുരുവിയും ആനയും

അടുത്ത ബന്ധുക്കളെക്കാൾ സ്നേഹവും വിശ്വാസവുമുള്ള സുഹൃത്തുക്കളാണ് പലപ്പോഴും നമ്മുടെ ശക്തി. കൂട്ടുകാർ എത്ര ചെറുതും ദുർബ്ബലരും ആണെങ്കിലും അവർ ഒത്തുചേരുമ്പോൾ ആ കൂട്ടായ്മയെ തോൽപ്പിക്കാൻ ആർക്കും സാധിച്ചുവെന്ന് വരില്ല. അതാണ് കുരുവിയുടെയും ആനയുടെയും കഥ നമ്മെ പഠിപ്പിക്കുന്നത്.

ഒരു കൊടുംകാട്ടിൽ വളരെ ഉയരമുള്ള ഒരു മരത്തിന്റെ കൊമ്പിലാണ് കുരുവിയും കുഞ്ഞുങ്ങളും പാർത്തിരുന്നത്. പകൽ കുരുവി തീറ്റ തേടി പുറത്തുപോയാൽ കൂട്ടിൽ കുഞ്ഞുങ്ങൾ ഒറ്റയ്ക്കായിരിക്കും. പറക്കമുറ്റാത്ത കുഞ്ഞുങ്ങൾ പകൽ മുഴുവൻ ചിലച്ചുകൊണ്ടിരിക്കും.

നല്ല ചൂടുകാലമായിരുന്നു. ഒരു ദിവസം മദം പൊട്ടിയ ഒരു ഒറ്റയാൻ ആ മരച്ചോട്ടിലെത്തി. മദം പൊട്ടിയ ആന കാട്ടിലെ ചെറിയ മരങ്ങളും ചെടികളും ചവിട്ടി മെതിച്ചുകൊണ്ടാണ് മരച്ചുവട്ടിൽ എത്തിയത്. പിന്നീട് അവൻ വിശ്രമിക്കാനെന്ന പോലെ മരച്ചുവട്ടിൽ കുറച്ചു നേരം നിന്നു. എന്നാൽ ഏറെ നേരം വെറുതെ നിൽക്കാൻ ആ മദയാനയ്ക്ക് സാധിക്കുമായിരുന്നില്ല. അവൻ ആ വലിയ മരത്തിന്റെ ചില്ലകൾ ഒന്നൊന്നായി ഒടിച്ചിടാൻ തുടങ്ങി. ഈ കാഴ്ച കണ്ടുകൊണ്ടാണ് അമ്മക്കുരുവി തീ

റ്റയുമായി മടങ്ങിയെത്തിയത്.

"അയ്യോ അരുതേ, ആ കൊമ്പ് ഒടിക്കരുതേ. ആ കൊമ്പിലാണ് എന്റെ കൂടുള്ളത്. അതിൽ പറക്കമുറ്റാത്ത എന്റെ കുഞ്ഞുങ്ങളുണ്ട്. നിന്നോട് ഒരു ദ്രോഹവും ഞങ്ങളാരും ചെയ്തിട്ടില്ല. അതിനാൽ ദയവായി എന്റെ കുഞ്ഞുങ്ങളേ ഉപദ്രവിക്കരുതേ." എന്ന് കുരുവി താഴ്മയായി മദയാനയോട് അപേക്ഷിച്ചു.

എന്നാൽ കുരുവിയുടെ വിലാപം ആനയിൽ ഒരു കുലുക്കവും സൃഷ്ടിച്ചില്ല. അവൻ കുരുവിയുടെ കൂടിരുന്ന കൊമ്പും ഒടിച്ച് ശക്തിയോടെ വലിച്ചെറിഞ്ഞു. കൂട് താഴെ വീഴുകയും അതിലുണ്ടായിരുന്ന കുരുവിക്കുഞ്ഞുങ്ങൾ ചത്തുപോവുകയും ചെയ്തു. സങ്കടം സഹിക്കവയ്യാതെ കുരുവി അലറിക്കരഞ്ഞുകൊണ്ട് അവിടെയും ഇവിടെയും പറന്നുനടന്നു. ആനയോട് പ്രതികാരം ചെയ്യും എന്ന് കുരുവി ഇടയ്ക്കിടെ വിളിച്ചു പറയുന്നുണ്ടായിരുന്നു. അത് കേട്ട് ആന പൊട്ടിച്ചിരിച്ചു.

"ഇത്തിരിപ്പോന്ന നിനക്കെങ്ങനെയാണ് ശക്തരിൽ ശക്തനായ എന്നോട് പ്രതികാരം ചെയ്യാൻ സാധിക്കുക? എന്നെ അപായപ്പെടുത്താനൊന്നും നിനക്ക് സാധിക്കില്ല. അതുകൊണ്ട് വേണേൽ ജീവനും കൊണ്ട് രക്ഷപ്പെടാൻ നോക്ക്," എന്നവൻ പാവം കുരുവിയെ കളിയാക്കി.

തന്റെ നിസ്സഹായാവസ്ഥ ഓർത്ത് കുരുവിക്ക് വല്ലാത്ത ദുഃഖം തോന്നി. അവൾ ഉറ്റകൂട്ടുകാരിയായ മരംകൊത്തിയുടെ അടുത്തേക്ക് പറന്നു. തനിക്ക് പറ്റിയ ദുരന്തം വിശദമായി കുരുവിയമ്മ മരംകൊത്തിയെ അറിയിച്ചു. മരംകൊത്തിക്കും അത്യധികം ദുഃഖമായി. അവൾ കുരുവിയെ ആശ്വസിപ്പിച്ചു. "കഴിഞ്ഞ് പോയതിനെ കുറിച്ച് ഇനി ആലോചിച്ചിട്ട് കാര്യമില്ല. വിവരമുള്ളവർ അങ്ങനെ ചെയ്ത് സമയം പാഴാക്കില്ല. നമുക്ക് ആ മദയാനയെ നിലയ്ക്ക് നിറുത്താൻ എന്ത് ചെയ്യാൻ സാധിക്കും എന്നാണ് ആലോചിക്കേണ്ടത്." മരംകൊത്തി തന്റെ അഭിപ്രായം വ്യക്തമാക്കി.

"ആ ദുഷ്ടനോട് പ്രതികാരം ചെയ്യാതെ എനിക്ക് ഒരു സമാധാനവും കിട്ടില്ല. കഷ്ടകാലത്തിൽ പരിഹസിക്കുകയും ആപ

ത്തിൽ ദ്രോഹിക്കുകയും ചെയ്ത ആ ദുഷ്ടനെ ഒരു പാഠം പഠിപ്പിക്കണം," എന്നായി കുരുവി.

പക്ഷേ, എങ്ങനെ എന്ന വലിയ ചോദ്യം ബാക്കിയായി. അവർ കൂലംകഷമായി ചിന്തിച്ചു. ഒടുവിൽ മരംകൊത്തി ഒരു ഉപായം പറഞ്ഞു.

"ഒരർത്ഥത്തിൽ നീ പറഞ്ഞത് ശരിയാണ്. ആപത്തിൽ സഹായിക്കുന്നവരാണ് യഥാർത്ഥ ചങ്ങാതിമാർ. അവരാണ് നമ്മുടെ ഏറ്റവും വലിയ സ്വത്ത്. എനിക്ക് അങ്ങനെ ഒരു സ്വത്തുണ്ട്. എന്റെ സുഹൃത്താണ് തേനീച്ച. അവൻ ബുദ്ധിമാനാണ്. ഒരിക്കലും സുഹൃത്തുക്കളെ ചതിക്കുകയുമില്ല. നമുക്ക് അവനെ പോയി കാണാം. അവൻ എന്തെങ്കിലും ഒരു വഴി കണ്ടുപിടിക്കാതിരിക്കില്ല."

അങ്ങനെ അമ്മക്കുരുവിയും മരംകൊത്തിയും കൂടി തേനീച്ചയെ സമീപിച്ചു. കുരുവിയുടെ സങ്കടമെല്ലാം അവൻ ശ്രദ്ധാപൂർവം കേട്ടു. മിത്രങ്ങൾക്ക് മാത്രമല്ല അവരുടെ മിത്രങ്ങൾക്കും സഹായം ചെയ്യുന്നവരാണ് യഥാർത്ഥ കൂട്ടുകാരെന്ന് പറഞ്ഞ് തേനീച്ച ഇരുവരെയും ആശ്വസിപ്പിച്ചു. തന്റെ കൂട്ടുകാരനായ തവളയെ കൂടി കൂട്ടത്തിൽ കൂട്ടാൻ അവൻ തീരുമാനിച്ചു. അങ്ങനെ മൂവരും തവളയുടെ അടുത്തെത്തി. കഥകൾ കേട്ട തവളയ്ക്ക് ഒരു ഉപായം തോന്നി. ആനയെ വീഴ്ത്താനുള്ള ഒരു പദ്ധതി നാൽവർ സംഘം വികസിപ്പിച്ചെടുത്തു.

പദ്ധതി പ്രകാരം തേനീച്ച ആനയുടെ ചെവിയിൽ ചെന്ന് പാട്ടുപാടാൻ തുടങ്ങി. പാട്ടിൽ ലയിച്ച് കണ്ണടച്ചിരുന്ന ആനയുടെ കണ്ണുകൾ ഈ തക്കത്തിന് മരംകൊത്തി കുത്തിപ്പൊട്ടിച്ചു.

ആന വേദനകൊണ്ട് പുളഞ്ഞു. വേദന സഹിക്കാതെ അവൻ കാട്ടിൽ കൂടി തെക്കോട്ടും വടക്കോട്ടും ഓടാൻ തുടങ്ങി. ചോര വാർന്നു പോകുന്നുണ്ടായിരുന്നു. അതോടൊപ്പം ഓട്ടവും കൂടിയായപ്പോൾ അവൻ വല്ലാതെ തളർന്നു. അൽപ്പം വെള്ളത്തിനായി അവൻ പരക്കം പാഞ്ഞു. ആനയുടെ തൊണ്ട വരളാൻ തുടങ്ങി. വെള്ളം, വെള്ളം എന്നവൻ ആർത്തുവിളിക്കാൻ തുടങ്ങി. ഇതിനിടെ നമ്മുടെ തവളയും അവന്റെ സംഘത്തിലു

ള്ള മറ്റ് ചില തവളകളും ഒരു പൊട്ടക്കിണറ്റിന്റെ കരയിൽ സ്ഥാനം പിടിച്ചിരുന്നു. വെള്ളത്തിനായി അലറുന്ന ആനയെ കണ്ടപ്പോൾ അവർ പെട്ടെന്ന് തന്നെ നേരത്തെ തയ്യാറാക്കിയിരുന്ന ഉപായം നടപ്പിലാക്കി.

അവർ പൊട്ടക്കിണറ്റിന്റെ കരയിലിരുന്ന് ഉറക്കെ കരയാൻ തുടങ്ങി. ആന ഇത് കേട്ടു. തവളയുടെ കരച്ചിൽ വരുന്ന ഭാഗത്ത് വെള്ളമുണ്ടാകും എന്നവൻ ഉറപ്പിച്ചു. ആന അവിടേക്ക് പാഞ്ഞു. ആക്രാന്തം മൂത്ത് ഓടി വന്ന ആന കാൽവഴുതി പൊട്ടക്കുളത്തിൽ പതിക്കുകയും കരയിൽ കയറാനാവാതെ അവിടെ കിടന്നുതന്നെ അന്ത്യശ്വാസം വലിക്കുകയും ചെയ്തു.

ദുർബ്ബലരെന്ന് കരുതുന്ന നാല് പേർ സംഘം ചേർന്നപ്പോഴാണ് കാട്ടിലെ ഏറ്റവും ശക്തനും അഹങ്കാരിയുമായ മദയാനയെ തോൽപ്പിക്കാൻ സാധിച്ചത്. ഇതാണ് സംഘബലത്തിന്റെ ശക്തി. ആനയുടെ കഥ കഴിഞ്ഞതോടെ കുരുവിയമ്മയുടെ സങ്കടം തീർന്നു എന്ന് പ്രത്യേകിച്ച് പറയേണ്ടതില്ലല്ലോ?

ആമയും അരയന്നങ്ങളും

നമ്മുടെ നന്മയെ കരുതി പലരും ഉപദേശങ്ങൾ തരാറുണ്ട്. എന്നാൽ പലപ്പോഴും ആ ഉപദേശങ്ങൾ നമ്മൾ തള്ളിക്കളയാറാണ് പതിവ്. അത് അത്ര നല്ല ശീലമല്ല. നമുക്ക് നന്മ വരണമെന്ന് ആഗ്രഹിക്കുന്നവർ പറയുന്നത് അനുസരിക്കുന്നതായിരിക്കും ബുദ്ധി. അല്ലെങ്കിൽ കംബുഗ്രിവൻ എന്ന ആമയുടെ അവസ്ഥയായിരിക്കും നമുക്കും ഉണ്ടാവുക. എന്താണ് കംബുഗ്രിവന് സംഭവിച്ചത് എന്നല്ലേ? ഇതാ ഈ കഥ ശ്രദ്ധിക്കൂ.

ഒരു കുളത്തിൽ കംബുഗ്രിവൻ എന്നൊരു ആമ താമസിച്ചിരുന്നു. കുളത്തിലെ സ്ഥിരം സന്ദർശകരായ രണ്ട് അരയന്നങ്ങളായിരുന്നു അവന്റെ അടുത്ത കൂട്ടുകാർ. പകൽ അരയന്നങ്ങൾ എത്തിക്കഴിഞ്ഞാൽ അവർ ഓരോ കഥകൾ പറഞ്ഞ് സമയം പോക്കും. അങ്ങനെ കാലം കടന്നുപൊയ്ക്കൊണ്ടിരുന്നു.

താമസിയാതെ വേനൽക്കാലം വന്നെത്തി. ആ വർഷത്തെ വേനൽ കടുത്തതായിരുന്നു. കുളം വറ്റിവരളാൻ തുടങ്ങി. ഇങ്ങനെ പോയാൽ അപകടമാണ്.

“കംബുഗ്രിവാ, ഇങ്ങനെ പോയാൽ അപകടമാണ്. ഇനിയും ഇവിടെ കഴിയുന്നത് ഞങ്ങളുടെ ജീവനും ആപത്താണ്. ഞങ്ങൾ മറ്റൊരു കുളം തേടി പറക്കാൻ തീരുമാനിച്ചു. പക്ഷേ, നിനക്കതിന് കഴിയില്ലല്ലോ.” അരയന്നങ്ങളിലൊന്ന് ദുഃഖത്തോടെ കം

ബുഗ്രിവനോട് ചോദിച്ചു.

"കൂട്ടരേ, വിഷമിച്ചിട്ട് കാര്യമില്ല. നമുക്ക് എന്തെങ്കിലും ഉപായം കണ്ടെത്താൻ സാധിക്കുമോ എന്ന് ആലോചിക്കാം. ധൈര്യവും വിവേകവുമുണ്ടെങ്കിൽ ഏത് അപകടത്തിൽനിന്നും രക്ഷപ്പെടാൻ സാധിക്കും." പ്രതീക്ഷാനിർഭരമായ സ്വരത്തിൽ കംബുഗ്രിവൻ അവർക്ക് മറുപടി നൽകി.

"നീ പറഞ്ഞത് ശരിതന്നെ. പക്ഷേ, ഇവിടെ ഇനി തുടരാൻ കഴിയില്ല. നിനക്കാണെങ്കിൽ പറന്ന് മറ്റൊരു കുളത്തിലേക്ക് പോകാനും സാധിക്കില്ല. നടന്നുപോയാൽ ഈ കൊടുംചൂടിൽ നിന്റെ ജീവൻ തന്നെ നഷ്ടപ്പെടുകയും ചെയ്യും. അപ്പോൾ എന്താണ് ഒരു പോംവഴി?" രണ്ടാമത്തെ അരയന്നം ചോദിച്ചു.

"അതിനെക്കുറിച്ചോർത്ത് നിങ്ങൾ വിഷമിക്കേണ്ട. അതിനുള്ള വഴി ഞാൻ കണ്ടുപിടിച്ചോളാം. നിങ്ങൾ ആദ്യം അടുത്തെവിടെയെങ്കിലും നല്ല വെള്ളമുള്ള കുളമുണ്ടോ എന്ന് തിരക്കിയിട്ടുവരൂ." കംബുഗ്രിവൻ അരയന്നങ്ങളോട് നിർദ്ദേശിച്ചു.

അവർ അതനുസരിച്ച് വെള്ളമുള്ള കുളം അന്വേഷിച്ച് യാത്രയായി. കുറച്ച് അകലയായി വെള്ളം നിറഞ്ഞുകിടക്കുന്ന ഒരു കുളം അവർ കണ്ടുപിടിച്ചു. ഇത്രയും ദൂരം ആമയ്ക്ക് എത്തണമെങ്കിൽ അവൻ ദിവസങ്ങളോളം യാത്ര ചെയ്യേണ്ടി വരും എന്നവർ കണക്കുകൂട്ടി. ഈ ചൂടത്ത് കംബുഗ്രിവനെക്കൊണ്ട് അത് സാദ്ധ്യമാകില്ല. അതിനൊരു പരിഹാരം കാണാൻ സാധിക്കുന്നില്ലല്ലോ എന്ന് ചിന്തിച്ചുകൊണ്ട് അരയന്നങ്ങൾ കംബുഗ്രിവന്റെ അടുത്തേക്ക് പറന്നു. കുളത്തിൽ കംബ്രുഗ്രിവൻ അവരെ കാത്തിരിക്കുന്നുണ്ടായിരുന്നു.

"ഞങ്ങൾ കാടും നഗരവും കടന്ന് ദൂരെയുള്ള മലയ്ക്ക് അപ്പുറത്ത് ഒരു ജലാശയം കണ്ടെത്തിയിട്ടുണ്ട്. പക്ഷേ, നിനക്ക് അവിടെ എത്തിപ്പെടാൻ ബുദ്ധിമുട്ടാണ്. കുറെ ദിവസങ്ങൾ യാത്ര ചെയ്താൽ മാത്രമേ നിനക്ക് അവിടെ എത്താൻ സാധിക്കൂ. മാത്രമല്ല, സമീപപ്രദേശങ്ങളിലുള്ള കുളങ്ങളുടെ അവസ്ഥയും ഇവിടുത്തെ പോലെ തന്നെയാണ്. ഒന്നിലും വെള്ളമില്ല. ഈ ചൂടത്ത് നിനക്ക് അത്ര ദൂരം യാത്ര ചെയ്ത് വെള്ളമുള്ള കുളത്തിൽ

എത്താൻ സാധിക്കില്ല," എന്ന് ദുഃഖത്തോടെ അരയന്നങ്ങൾ പറഞ്ഞു.

എന്നാൽ കംബുഗ്രീവൻ കുലുങ്ങിയില്ല. "എന്റെ യാത്രയുടെ കാര്യമോർത്ത് നിങ്ങൾ വിഷമിക്കേണ്ട. നിങ്ങളിലൊരാൾ പോയി വണ്ണം കുറഞ്ഞതും എന്നാൽ നല്ല ബലമുള്ളതുമായ ഒരു മരക്കൊമ്പ് കൊണ്ടുവരൂ. വിദ്യയൊക്കെ ഞാൻ പറഞ്ഞു തരാം." അരയന്നങ്ങളോട് കംബുഗ്രീവൻ പറഞ്ഞു.

"ഇതിനിടയിൽ എന്തിനാണ് ഒരു കമ്പ്?" എന്നായി അരയന്നങ്ങൾ.

"തിരക്ക് കൂട്ടാതെ. അതുകൊണ്ട് നമുക്കൊരു സൂത്രം ഒപ്പിക്കാം." ഇത്തരം വിദ്യകളിൽ അഗ്രഗണ്യനാണ് കംബുഗ്രീവൻ എന്ന് അരയന്നങ്ങൾക്ക് അറിയാമായിരുന്നതിനാൽ അവർ കൂടുതൽ തർക്കിക്കാൻ നിന്നില്ല. അവരിലൊരാൾ അപ്പോൾത്തന്നെ പോയി കനം കുറഞ്ഞതും എന്നാൽ ബലമുള്ളതുമായ ഒരു കമ്പുമായി തിരികെ എത്തി. കമ്പിന്റെ ബലം പരിശോധിച്ച് തൃപ്തനായ ആമ തന്റെ സൂത്രം ഇങ്ങനെ വിവരിച്ചു: "ഞാൻ ഈ വടിയുടെ നടുക്ക് കടിച്ചുതൂങ്ങി കിടക്കും. നിങ്ങൾ രണ്ടു പേരും വടിയുടെ ഇരുഭാഗങ്ങളിലും കടിച്ചുപിടിച്ച് പറക്കുക. രണ്ടു പേർ ചേർന്ന് പിടിക്കുന്നതിനാൽ നിങ്ങൾക്ക് എന്റെ ഭാരം അത്ര കണ്ട് അനുഭവപ്പെടില്ല. എങ്ങനെയുണ്ട് ഈ വിദ്യ?"

"വിദ്യയൊക്കെ കൊള്ളാം. പക്ഷേ, ഒരു കാര്യമുണ്ട്. ഇതിൽ വലിയ ഒരപകടം പതിയിരുപ്പുണ്ട്. നിന്നെയും കൊണ്ട് ഞങ്ങൾ പറക്കുമ്പോൾ എന്ത് സംഭവിച്ചാലും വാ തുറക്കരുത്. തുറന്നാലുണ്ടാവുന്ന അപകടം എന്താണെന്ന് ഞങ്ങൾ വിവരിക്കേണ്ടതില്ലല്ലോ?" അരയന്നങ്ങളിലൊന്ന് അവന് മുന്നറിയിപ്പ് നൽകി.

"നിങ്ങൾക്ക് എന്നെ വിശ്വസിക്കാം. എന്തു സംഭവിച്ചാലും ലക്ഷ്യത്തിലെത്തുന്നത് വരെ ഞാൻ വാ തുറക്കില്ല." ആത്മവിശ്വാസത്തോടെ ആമ ഉത്തരം നൽകി.

അങ്ങനെ കമ്പിന്റെ നടുവിൽ കടിച്ചുപിടിച്ചിരിക്കുന്ന ആമയെയും കൊണ്ട് അരയന്നങ്ങൾ ജലമുള്ള കുളം ലാക്കാക്കി പറന്നു. അവർ സാവധാനം പറന്ന് കാടിന് വെളിയിലെത്തി.

ഇപ്പോൾ അടുത്തുള്ള പട്ടണത്തിന് മുകളിൽ കൂടിയാണ് അവർ പറക്കുന്നത്. ഒരു ചായക്കടയിൽ ചായ കുടിച്ചു നിന്ന ഒരാൾ അവിചാരിതമായി മുകളിലേക്ക് നോക്കിയപ്പോഴാണ് ആ അത്ഭുത കാഴ്ച കണ്ടത്. അരയന്നങ്ങൾ ചക്രം പോലെ എന്തോ ഒന്നിനെയും തൂക്കിക്കൊണ്ട് പറക്കുന്നു. അയാൾ മറ്റുള്ളവരെ വിളിച്ച് ആ കാഴ്ച കാണിച്ചു.

അതെന്താണ് എന്ന ചോദ്യം അവരുടെ ആകാംക്ഷ വർദ്ധിപ്പിച്ചു. എന്താണ് വസ്തു എന്നതിനെ സംബന്ധിച്ച് അവർ തമ്മിൽ തർക്കമായി. അതൊരു ചക്രമാണെന്ന് ചിലർ ഉറപ്പിച്ച് പറഞ്ഞു. എന്നാൽ മറ്റെന്തോ വസ്തുവാണ് എന്നായി മറ്റു ചിലർ. അങ്ങനെ തർക്കം മൂത്ത് ബഹളത്തിലേക്ക് നീങ്ങി.

ബഹളത്തിന്റെ ശബ്ദം മുകളിൽ പറക്കുന്ന അരയന്നങ്ങളുടെയും കമ്പിൽ കടിച്ചു തൂങ്ങിയിരുന്ന ആമയുടെയും ചെവിയിലെത്തി. കംബുഗ്രീവന് പക്ഷേ, താഴേക്ക് നോക്കി എന്താണ് ബഹളം എന്ന് കണ്ടെത്താൻ സാധിക്കുമായിരുന്നില്ല. അവന് പക്ഷേ, ജിജ്ഞാസ അടക്കാൻ സാധിച്ചില്ല. എന്താണ് ബഹളത്തിന് കാരണം എന്ന് അരയന്നങ്ങളോട് ചോദിക്കാം എന്നവൻ ഒരു നിമിഷം ആലോചിച്ചുപോയി. അടക്കാനാവാത്ത ആകാംക്ഷയോടെ അവൻ വാ തുറന്നതും, “അയ്യോ” എന്നൊരു ഒച്ച മാത്രമാണ് പുറത്തുവന്നത്. പിന്നെ എന്താണ് സംഭവിച്ചതെന്ന് പറയേണ്ടതില്ലല്ലോ? ഉയരങ്ങളിൽനിന്നും പതിച്ച കംബുഗ്രീവൻ താഴെ വീണ് ചിന്നിച്ചിതറി.

ഇതാണ് പറയുന്നത് ഉറ്റവർ പറയുന്നത് ശ്രദ്ധാപൂർവ്വം കേൾക്കുകയും അത് നടപ്പിലാക്കുകയും ചെയ്യണമെന്ന്. സൂത്രങ്ങൾ ഉണ്ടാക്കുന്നതിൽ മാത്രമല്ല, അവ വീഴ്ച കൂടാതെ നടപ്പാക്കുന്നതിലും വിരുത് കാണിക്കുന്നവർക്കാണ് ജീവിതവിജയം ഉണ്ടാവുന്നത്.

രണ്ട് പാമ്പുകൾ

സ്വന്തം ശക്തിയോടൊപ്പം ദൗർബല്യങ്ങളും തിരിച്ചറിഞ്ഞാൽ മാത്രമേ ഈ ലോകത്തിൽ നമുക്ക് പിടിച്ചുനിൽക്കാൻ സാധിക്കൂ. ഇത് മനുഷ്യന് മാത്രമല്ല എല്ലാ ജീവികൾക്കും ബാധകമാണ്. സ്വന്തം ദൗർബല്യങ്ങൾ തിരിച്ചറിഞ്ഞ് പെരുമാറാൻ സാധിച്ചില്ലെങ്കിൽ വലിയ അപകടങ്ങളാവും നമ്മെ കാത്തിരിക്കുന്നത്. അതുപോലെ തന്നെ നമുക്കറിയാവുന്ന മറ്റുള്ളവരുടെ ദൗർബല്യങ്ങൾ ശത്രുക്കളുടെ മുന്നിൽ വിളമ്പുന്നത്, അവരെ മാത്രമല്ല നമ്മളെയും അപകടത്തിലാക്കും എന്നും തിരിച്ചറിയേണ്ടതുണ്ട്. ഈ രണ്ട് പാമ്പുകളുടെ കഥ നമ്മെ പഠിപ്പിക്കുന്നത് അതാണ്.

പണ്ട് പണ്ട് ഒരു രാജ്യത്ത് ഒരു രാജകുമാരനുണ്ടായിരുന്നു. പ്രായമാവുന്തോറും കുമാരൻ വല്ലാതെ ശോഷിക്കാൻ തുടങ്ങി. അദ്ദേഹത്തിന്റെ പ്രസരിപ്പൊക്കെ നഷ്ടപ്പെടാൻ തുടങ്ങി. രാജാവിന് ഇത് വലിയ മനോവിഷമമാണ് സൃഷ്ടിച്ചത്. തന്റെ മരണശേഷം രാജ്യത്തിന് നാഥനില്ലാതാവും എന്ന് അദ്ദേഹം വല്ലാതെ ഉൽക്കണ്ഠപ്പെട്ടു. നാട്ടിലുള്ള എല്ലാ വൈദ്യന്മാരും കുമാരനെ ചികിത്സിച്ചെങ്കിലും അദ്ദേഹത്തിന്റെ അവസ്ഥയ്ക്ക് യാതൊരു മാറ്റവുമുണ്ടായില്ല. മാത്രമല്ല, ദിനംതോറും രോഗം കൂടുതൽ, കൂടുതൽ മൂർച്ഛിക്കുകയും ചെയ്തു.

അങ്ങനെയിരിക്കെ ഒരുദിവസം ദുഃഖിതനായ രാജകുമാരൻ ആരുമറിയാതെ കൊട്ടാരം വിട്ടു. എവിടേക്ക് എന്നറിയാതെ, യാതൊരു ലക്ഷ്യവുമില്ലാത്ത ഒരു യാത്രയായിരുന്നു അത്. അങ്ങനെ നടന്നുനടന്ന് അജ്ഞാതമായ മറ്റൊരു രാജ്യത്ത് കുമാരൻ എത്തി.

ആ രാജ്യത്തെ രാജാവിന് രണ്ട് പുത്രിമാരാണ് ഉണ്ടായിരുന്നത്. രണ്ട് രാജകുമാരിമാരും അതീവ സുന്ദരികളായിരുന്നു. രാജാവിന് അവരോട് വലിയ വാത്സല്യമായിരുന്നു.

ഒരുദിവസം രാവിലെ കുമാരിമാർ രാജാവിനെ നമസ്കരിച്ചപ്പോൾ, അദ്ദേഹം മക്കളോട് ക്ഷേമം ആരാഞ്ഞു. "അങ്ങയുടെ കൃപയാൽ എല്ലാ ഐശ്വര്യങ്ങളും ലഭിക്കുന്നു. അങ്ങ് നീണാൾ വാഴട്ടെ," എന്ന് മൂത്ത പുത്രി ആശംസിച്ചു.

എന്നാൽ ഇളയപുത്രി അൽപ്പം വ്യത്യസ്തമായ ഒരു മറുപടിയാണ് പറഞ്ഞത്. "അവരവരുടെ കർമ്മത്തിന് അനുസരിച്ചുള്ള ഫലങ്ങളാണ് ഓരോരുത്തരും അനുഭവിക്കുന്നത്. അത് ആരുടെയും ഔദാര്യമല്ല. മഹാരാജാവ് നീണാൾ വാഴട്ടെ." രണ്ടാമത്തെ രാജകുമാരി അഭിപ്രായം പറഞ്ഞു.

തന്നെ പ്രകീർത്തിക്കാതെയുള്ള രാജകുമാരിയുടെ മറുപടി രാജാവിൽ വലിയ കോപം സൃഷ്ടിച്ചു. "നല്ല വാക്കു പറയാൻ കഴിയാത്ത ഇവളെ ആർക്കെങ്കിലും പിടിച്ചു കൊടുക്കൂ. അവളുടെ കർമ്മത്തിന്റെ ഫലം അവൾ അനുഭവിക്കട്ടെ. എനിക്കിനി ഇവളുടെ മുഖം കാണേണ്ട." കോപാകുലനായ രാജാവ് ഉത്തരവിട്ടു.

രാജാവിന്റെ ഉത്തരവനുസരിച്ച് അനുചരന്മാർ രാജകുമാരിയെ കൊട്ടാരത്തിൽനിന്നും ബലം പ്രയോഗിച്ച് പുറംതള്ളി. കുമാരി തെരുവിൽ അലഞ്ഞെങ്കിലും രാജകോപം ഭയന്ന് ആരും അവർക്ക് അഭയം നൽകാൻ തയ്യാറായില്ല. അങ്ങനെ തെരുവിൽ അലഞ്ഞു നടന്ന നമ്മുടെ കഥാനായകനായ രാജകുമാരനും കുമാരിയും കണ്ടുമുട്ടി. കുമാരന്റെ കദനകഥ കേട്ട രാജകുമാരി, ദുർബ്ബലനായിരുന്നിട്ടും അദ്ദേഹത്തെ തന്റെ ഭർത്താവായി സ്വീകരിക്കാൻ തയ്യാറായി.

രാജകുമാരിയെ കൊട്ടാരത്തിൽനിന്നും പുറംതള്ളിയ

വാർത്ത അവരുടെ ചില വിശ്വസ്ത അനുചരരുടെ കാതുകളിലുമെത്തി. രാജാവിനെ ഭയമായിരുന്നെങ്കിലും കുമാരിയോടുള്ള കൂറ് ഉള്ളിൽ സൂക്ഷിച്ചിരുന്ന അവർ പക്ഷേ, കുമാരിയോടൊപ്പം ചേരാൻ തീരുമാനിച്ചു.

ഇനി ഈ നാട്ടിൽ നിന്നാൽ ശരിയാവില്ല എന്ന് ഉറപ്പിച്ച രാജകുമാരി, കുമാരനെയും തന്റെ പരിചാരകരെയും കൂട്ടി മറ്റൊരു രാജ്യത്തേക്ക് യാത്രതിരിച്ചു. അവർ മറ്റൊരു നഗരപ്രാന്തത്തിൽ എത്തിപ്പെട്ടു. അപ്പോഴേക്കും കുമാരൻ യാത്ര ചെയ്ത് ക്ഷീണിച്ചിരുന്നു. അദ്ദേഹത്തെ അവിടെയുള്ള ഒരു കുളക്കരയിൽ വിശ്രമിക്കാൻ വിട്ടതിന് ശേഷം, കുമാരി ഭൃത്യരെയും കൂട്ടി ആഹാരസാധനങ്ങൾ വാങ്ങുന്നതിനായി നഗരത്തിലേക്ക് പുറപ്പെട്ടു. കുമാരൻ യാത്രാക്ഷീണംമൂലം വേഗം ഉറക്കത്തിലേക്ക് വീഴുകയും ചെയ്തു.

ആ കുളക്കരയിൽ, കുമാരൻ ഉറങ്ങുന്നതിന് അധികം ദൂരത്തല്ലാതെ ഒരു മൺപുറ്റുണ്ടായിരുന്നു. അതിൽ ഉഗ്ര വിഷമുള്ള ഒരു സർപ്പം പാർത്തിരുന്നു. ഏറെ നേരത്തിന് ശേഷം ആ സർപ്പം പതുക്കെ പുറത്തേക്ക് വന്നു. അതേസമയം തന്നെ ഉറങ്ങുന്ന കുമാരന്റെ വയറ്റിൽനിന്നും മറ്റൊരു ഉഗ്ര സർപ്പവും പുറത്തേക്ക് വന്നു. കുമാരന്റെ വയറ്റിൽ പാർത്തിരുന്ന ആ സർപ്പമായിരുന്നു അദ്ദേഹത്തിന്റെ രോഗത്തിനുള്ള കാരണക്കാരൻ. അവൻ വയറ്റിലുരുന്ന് കുമാരന്റെ ശക്തിയും ഊർജ്ജവും ഊറ്റിക്കുടിക്കുകയായിരുന്നു. എന്നാൽ അത് കണ്ടുപിടിക്കാൻ ഒരു വൈദ്യനും സാധിച്ചതുമില്ല. ഇതായിരുന്നു കുമാരന്റെ ദുർഗതിക്ക് കാരണം.

കുമാരൻ ഉറങ്ങുന്നതിന് തൊട്ടടുത്തായി രണ്ടു സർപ്പങ്ങളും പത്തിവിടർത്തി പോർവിളിച്ചു. “എടാ ദുഷ്ടാ, നീ എന്തിനാണ് ഈ പാവത്തിനെ ദ്രോഹിക്കുന്നത്? അവന്റെ സർവ്വശക്തിയും ഊർജ്ജവും നീ ഊറ്റിയെടുത്തല്ലോ? ഇനിയെങ്കിലും ആ പാവത്തിനെ ഉപദ്രവിക്കാതെ വെറുതെ വിട്ടുകൂടേ?” എന്ന് മൺപുറ്റിൽനിന്നും ഇറങ്ങിയ സർപ്പം മറ്റേ സർപ്പത്തോട് കോപത്തോടെ ആരാഞ്ഞു.

“നീയും മോശമല്ലല്ലോ! ആ പുറ്റിലിരിക്കുന്ന സ്വർണ്ണം തട്ടി

യെടുക്കാനല്ലേ നീ അവിടെ കാവൽ കിടക്കുന്നത്? അത് ഏതെങ്കിലും പാവങ്ങൾക്ക് വിട്ടുകൊടുത്തുകൂടേ?" എന്നായി രാജകുമാരന്റെ വയറ്റിൽനിന്നും പുറത്തിറങ്ങിയ സർപ്പം.

"അതിനെക്കുറിച്ച് നീ പറയേണ്ട. ഞാൻ ആരേയും ദ്രോഹിക്കുന്നില്ലല്ലോ. എന്നെങ്കിലും ആ സ്വർണ്ണ നാണയങ്ങൾ എനിക്ക് പ്രയോജനപ്പെടും എന്ന പ്രതീക്ഷയുണ്ട്. പക്ഷേ, ഈ പാവം മരിച്ചാൽ നീ എന്ത് ചെയ്യും? മാത്രമല്ല, അദ്ദേഹം കടുക് ഇട്ട പഴങ്കഞ്ഞി കുടിച്ചാൽ അപ്പോൾ തന്നെ നീ ചത്തുമലയ്ക്കുമെന്ന രഹസ്യവും എനിക്കറിയാം." മൺപുറ്റിലെ പാമ്പ് തിരിച്ചടിച്ചു.

"നീയും വലിയ വാചകമൊന്നുമടിക്കേണ്ട. ആ പുറ്റിൽ തിളച്ച എണ്ണയോ വെള്ളമോ വീണാൽ നിന്റെ കഥയും കഴിയുമെന്ന് എനിക്കുമറിയാം." കുമാരന്റെ വയറ്റിൽ നിന്നിറങ്ങിയ പാമ്പ് ഭീഷണി മുഴക്കി.

എന്നാൽ, ഈ സംഭാഷണങ്ങൾ ഒരാൾ ഒളിഞ്ഞുനിന്ന് കേൾക്കുന്നുണ്ടായിരുന്നു. നമ്മുടെ കഥാനായികയായ രാജകുമാരിയായിരുന്നു അത്. കാര്യങ്ങളുടെ കിടപ്പ് കുമാരിക്ക് വ്യക്തമായി. പാമ്പുകൾ അവരുടെ സ്ഥാനങ്ങളിലേക്ക് മടങ്ങിപ്പോകുന്നത് വരെ കുമാരി ക്ഷമയോടെ കാത്തിരുന്നു.

സർപ്പങ്ങൾ മറഞ്ഞതോടെ ഭൃത്യരെക്കൊണ്ട് കുമാരി ഒരു അടുപ്പുണ്ടാക്കിച്ച് അതിൽ വിറകുകൂട്ടി വെള്ളം തിളപ്പിച്ചു. അതോടൊപ്പം അടുത്ത വീട്ടിൽനിന്നും കുറച്ച് പഴങ്കഞ്ഞി സംഘടിപ്പിക്കാനായി ഒരാളെ അയയ്ക്കുകയും ചെയ്തു. പിന്നീട് തിളച്ച വെള്ളം പാമ്പ് വിശ്രമിക്കുന്ന മൺപുറ്റിൽ ഒഴിച്ചു. ഭൃത്യ കൊണ്ടുവന്ന പഴങ്കഞ്ഞിയിൽ കടുകിട്ടു. എന്നിട്ട് കുമാരനെ വിളിച്ചുണർത്തി അത് കഴിക്കാൻ നൽകി. ക്ഷീണവും വിശപ്പും കലശലായിരുന്ന കുമാരൻ അത് രുചിയോടെ അകത്താക്കി.

തിളച്ച വെള്ളം വീണതോടെ പുറ്റിൽനിന്നും പുറത്തുചാടിയ ആദ്യത്തെ സർപ്പം പ്രാണവേദനയോടെ നിലവിളിച്ചു. അതോടൊപ്പം കടുകിട്ട പഴങ്കഞ്ഞി അകത്ത് ചെന്നതോടെ അദ്ദേഹത്തിന്റെ വയറ്റിലുണ്ടായിരുന്ന പാമ്പും മരണ വെപ്രാളത്തോടെ

പുറത്തുചാടി. അധികം താമസിയാതെ രണ്ട് സർപ്പങ്ങളും ചത്തുമലച്ചു.

വയറ്റിലുള്ള പാമ്പ് ചത്തതോടെ കുമാരന് പഴയ പ്രസരിപ്പൊക്കെ തിരികെ കിട്ടി. അദ്ദേഹം പഴയതുപോലെ തന്റെ തേജസ്സും സൗന്ദര്യവും വീണ്ടെടുത്തു. പുറ്റിലുണ്ടായിരുന്ന സ്വർണനാണയങ്ങൾ കുമാരിയും ഭൃത്യരും ചേർന്ന് ശേഖരിച്ചു. അവർ കുമാരനെയും കൊണ്ട് അദ്ദേഹത്തിന്റെ രാജ്യത്തെത്തി. ശക്തിയും ഓജസ്സും വീണ്ടെടുത്ത കുമാരനെ കണ്ട് ജനങ്ങൾ ആനന്ദാശ്രു പൊഴിച്ചു. അവർ ആഘോഷപൂർവ്വം കുമാരനെയും കുമാരിയെയും സംഘത്തെയും കൊട്ടാരത്തിലെത്തിച്ചു. കുമാരന്റെ അവസ്ഥ കണ്ട് അദ്ദേഹത്തിന്റെ മാതാപിതാക്കളും ആനന്ദത്തിൽ ആറാടി. വലിയൊരു ആഘോഷമായിരുന്നു പിന്നീട് അവിടെ.

സർപ്പങ്ങൾ തങ്ങളുടെ ദൗർബല്യങ്ങൾ മനസ്സിലാക്കി പ്രവർത്തിക്കാതിരിക്കുകയും അപരന്റെ ദൗർബല്യം ഉറക്കെ വിളിച്ചു പറയുകയും ചെയ്തതാണ് കുമാരിക്ക് നേട്ടമായത്. പക്ഷേ, തങ്ങളുടെ ചെയ്തികളിലൂടെ സർപ്പങ്ങൾ സ്വന്തം നാശം വിളിച്ചു വരുത്തുകയായിരുന്നു. കഥ ഇഷ്ടമായില്ലേ?

സാംഭുകൻ എന്ന പക്ഷി

കഥാപാത്രങ്ങളെല്ലാം വിഡ്ഢികളാകുന്ന കഥ കേട്ടിട്ടുണ്ടോ? അറിവും വിവേകവും വിവരവും ഉണ്ടെങ്കിലും ചിലപ്പോൾ നമ്മൾ ഇത്തരം കുടുക്കുകളിൽ പെട്ടുപോയേക്കാം. സാംഭുകൻ എന്ന പക്ഷിയുടെ കഥ നമ്മെ പഠിപ്പിക്കുന്നത് ഈ തത്ത്വമാണ്.

ഒരു കൊടുംകാട്ടിൽ ഒരു വന്മരത്തിലാണ് സാംഭുകൻ എന്ന പക്ഷി പാർത്തിരുന്നത്. മറ്റു പക്ഷികൾക്കില്ലാത്ത ഒരു അത്ഭുത സിദ്ധി സാംഭുകന് ഉണ്ടായിരുന്നു. അവിശ്വസനീയം എന്ന് തന്നെ പറയാവുന്ന ഒരു അത്ഭുതസിദ്ധി. അവന്റെ കാഷ്ഠം നിലത്ത് വീണ് ഏതാനും നിമിഷങ്ങൾക്കുള്ളിൽത്തന്നെ അത് സ്വർണത്തരികളായി മാറും. ഈ സിദ്ധികൊണ്ട് സാംഭുകന് പ്രത്യേകിച്ച് ഗുണമൊന്നും ഉണ്ടായിരുന്നില്ല എന്ന് മാത്രമല്ല, ഒടുവിൽ അതവന് പാരയായി മാറുകയും ചെയ്തു.

ഒരുനാൾ കാട്ടിൽ ഒരു വേടൻ വന്നെത്തി. ഭാര്യക്കും മക്കൾക്കും ഭക്ഷണത്തിനായി ഏതെങ്കിലും മൃഗത്തെ വേട്ടയാടി പിടിക്കുകയായിരുന്നു അയാളുടെ ലക്ഷ്യം. നടന്ന് വലഞ്ഞ് വേടൻ സാംഭുകൻ താമസിക്കുന്ന മരത്തിന്റെ അടിയിലെത്തി. അൽപ്പം വിശ്രമിക്കാം എന്നുകരുതി അയാൾ മരത്തിന്റെ ഒരു വേരിൽ ചാഞ്ഞുകിടന്നു. ഒന്ന് കണ്ണടയ്ക്കുന്നതിന് മുമ്പ് അ

യാൾ മരത്തിന് ചുറ്റും നോക്കി. അവിടെ കണ്ട അത്ഭുതകരമായ കാഴ്ചയിൽ അയാളുടെ ക്ഷീണവും ഉറക്കവും പമ്പ കടന്നു. ചുറ്റും സ്വർണ്ണത്തരികൾ ചിതറിക്കിടക്കുന്നു. അയാൾ അമ്പരപ്പോടെ ചുറ്റും നോക്കി. ഇത് ഇവിടെ എങ്ങനെ വന്നു എന്ന് കണ്ടുപിടിക്കാൻ അയാൾക്ക് സാധിച്ചില്ല. എന്തായാലും ഇതിന്റെ രഹസ്യം കണ്ടുപിടിക്കണം എന്നയാൾ തീരുമാനിച്ചു. ആ രഹസ്യം അറിയാൻ കഴിഞ്ഞാൽ അതോടെ തന്റെ ദാരിദ്ര്യമെല്ലാം അവസാനിക്കും. അയാൾ ക്ഷമയോടെ കാത്തിരുന്നു.

കുറെനേരം കടന്നുപോയി. അപ്പോൾ മുകളിൽനിന്നും ഒരു പക്ഷിയുടെ കാഷ്ഠം അയാളുടെ അരികിൽ വീണു. അയാൾ അത് സൂക്ഷിച്ച് നോക്കി. അത്ഭുതമെന്ന് പറയട്ടെ, ഏതാനും നിമിഷങ്ങൾക്കുള്ളിൽ ആ കാഷ്ഠം സ്വർണ്ണത്തരികളായി മാറുന്നു. കൺമുന്നിൽ കണ്ട കാഴ്ച അയാളുടെ അമ്പരപ്പ് വർദ്ധിപ്പിച്ചു. അയാൾ മുകളിലേക്ക് നോക്കി. അതാ മുകളിലെ കൊമ്പിൽ സാംഭുകൻ ഇരിക്കുന്നു. അയാൾക്ക് കാര്യങ്ങളുടെ കിടപ്പ് ഏകദേശം പിടികിട്ടി.

സാംഭുകനെ വലയിലാക്കാൻ തന്നെ അയാൾ തീരുമാനിച്ചു. മരത്തിന് ചുറ്റും ശ്രദ്ധാപൂർവ്വം അയാൾ വലവിരിച്ചു. ഏറെ വൈകാതെ സംഭുകൻ വേടന്റെ വലയിൽ പതിക്കുകയും ചെയ്തു.

വലയിൽ വീണ സംഭുകനെ ഒരു കൂട്ടിലാക്കി വേടൻ വീട്ടിലേക്ക് തിരിച്ചു. ഭക്ഷണമുണ്ടാക്കാൻ മൃഗങ്ങളുടെ ഇറച്ചിയൊന്നും കൊണ്ടുവരാതെ ഒരു പക്ഷിയെയും കൂട്ടിലിട്ട് വരുന്ന വേടനെ കണ്ട് അയാളുടെ ഭാര്യ കോപിച്ചു: “നിങ്ങൾ ഇതെന്താണ് ചെയ്യുന്നത്. കുട്ടികളൊക്കെ വിശന്ന് കരയുന്നു. ഇവിടെ ഭക്ഷണമുണ്ടാക്കാൻ ഒരു സാധനവുമില്ല. അപ്പോഴാ, ഒരു കിളിയെയും കൊണ്ട് വന്നിരിക്കുന്നത്,” എന്നവർ ദേഷ്യപ്പെട്ടു. അയാൾ സംഭുകന്റെ അത്ഭുത സിദ്ധിയെക്കുറിച്ച് വിവരിച്ചു. തങ്ങളുടെ കഷ്ടകാലം അവസാനിക്കാൻ പോകുന്നുവെന്നും സമ്പന്നതയിലേക്കുള്ള പാതയാണ് ഈ പക്ഷിയെന്നും അറിഞ്ഞപ്പോൾ വേടന്റെ ഭാര്യ സന്തുഷ്ടയായി.

അവർ സംഭുകനെ മറ്റാരും കാണാത്ത ഒരു രഹസ്യ അറ

യിലാക്കി. എന്നാൽ വലയിൽ വീണപ്പോൾ മുതൽ സംഭുകൻ മരണവെപ്രാളത്താൽ ഉറക്കെ നിലവിളിക്കുന്നുണ്ടായിരുന്നു. ഈ നിലവിളി കേട്ട് മറ്റാരെങ്കിലും വരുമോ എന്ന് വേടൻ ഭയന്നു.

തങ്ങളുടെ രഹസ്യം ആരെങ്കിലും രാജാവിന്റെ ചെവിയിൽ എത്തിച്ചാൽ തല പോയത് തന്നെ. അവിടെ ഉഗ്രകോപിയായ ഒരു രാജാവായിരുന്നു ഭരിച്ചിരുന്നത്. വിശേഷപ്പെട്ടതെന്തും ആർക്ക് കിട്ടിയാലും അത് രാജാവിന് കാഴ്ച വെക്കണം എന്നത് രാജ്യത്തെ അലിഖിത നിയമമായിരുന്നു. ആ നിയമം പാലിക്കാത്തവരെ മരണശിക്ഷയായിരുന്നു കാത്തിരുന്നത്.

പക്ഷിയുടെ കരച്ചിൽ നിയന്ത്രിക്കാനാവാതെ വന്നപ്പോൾ വേടന്റെ ഭയം ഇരട്ടിച്ചു. അവൻ ഭാര്യയോട് കാര്യങ്ങൾ വിശദീകരിച്ചു. തല പോകുന്ന കാര്യമാണ് എന്ന് വന്നപ്പോൾ പക്ഷിയെ രാജാവിന് കാഴ്ചവെച്ചേക്കാം എന്ന് വേടനും ഭാര്യയും തീരുമാനിച്ചു. അവർ സാംഭുകനുമായി കൊട്ടാരത്തിലെത്തി രാജാവിനെ മുഖംകാണിച്ചു.

പക്ഷിയുടെ കഥ വേടൻ വിവരിച്ചത് കേട്ടപ്പോൾ രാജാവിന് സന്തോഷമായി. പക്ഷിയെ സുരക്ഷിതമായി ഒരിടത്ത് പാർപ്പിക്കാനും ധാരാളം സ്വർണ്ണനാണയങ്ങൾ വേടന് പാരിതോഷികമായി നൽകാനും അദ്ദേഹം കൽപ്പിച്ചു. എന്നാൽ രാജസഭയിലെ ചിലർക്ക് വേടന്റെ കഥയിൽ എന്തോ പന്തികേടുണ്ടെന്ന് തോന്നി. സംശയാലുക്കളിൽ മുൻപൻ രാജ്യത്തെ മന്ത്രി തന്നെയായിരുന്നു.

“അല്ലയോ രാജൻ, പറയുന്നതിൽ ക്ഷമിക്കണം. അടിയന്റെ ചെറിയ ബുദ്ധിയിൽ തോന്നിയ കാര്യമാണ്. അങ്ങേയ്ക്ക് ഇഷ്ടമായില്ലെങ്കിൽ അടിയനോട് മാപ്പാകണം. അടിയന് ഈ വേടൻ പറയുന്നത് അത്ര കണ്ട് വിശ്വസിക്കാൻ സാധിക്കുന്നില്ല. പക്ഷിയുടെ കാഷ്ഠം സ്വർണ്ണമായി തീരുമെന്നൊക്കെ എവിടെയും കേട്ടുകേൾവിയില്ലാത്ത കാര്യമാണ്. അതുകൊണ്ടുതന്നെ അക്ഷരശൂന്യനായ ഈ വേടൻ പറയുന്നത് കേട്ട് നമ്മൾ ഇളിഭ്യരാവരുതെന്നാണ് അടിയന്റെ അഭിപ്രായം. അതിനാൽത്തന്നെ നമുക്ക് ഈ പക്ഷിയെ ഇപ്പോൾ തന്നെ മോചിപ്പിക്കാം.” മന്ത്രി വിനീത

നായി രാജാവിനെ തന്റെ അഭിപ്രായം അറിയിച്ചു.

ഏറെ പ്രായവും ലോകപരിചയവും ഉള്ളയാളായിരുന്നു മന്ത്രി. രാജ്യകാര്യങ്ങളിൽ വിവേകപൂർവം തീരുമാനങ്ങൾ കൈക്കൊണ്ടിരുന്ന അദ്ദേഹത്തിന് അഭിപ്രായങ്ങൾക്ക് രാജാവ് ഏറെ വില കൽപ്പിച്ചിരുന്നു. മന്ത്രിയുടെ വാക്കുകൾ കേട്ട രാജാവ് കുറച്ച് നേരം ആലോചിച്ചു. അദ്ദേഹത്തിന്റെ ഉപദേശത്തിൽ കഴമ്പുണ്ടെന്ന് രാജാവിനും തോന്നി. വേടൻ പറയുന്നത് മണ്ടത്തരമാണെങ്കിൽ നാളെ മുതൽ പ്രജകൾ അത് പറഞ്ഞ് തന്നെ അധിക്ഷേപിക്കും എന്ന കാര്യത്തിൽ തർക്കമില്ല. അത്രയും ആളുകളുടെ വാ മൂടിക്കെട്ടാൻ തനിക്ക് സാധിക്കുകയുമില്ല. ഇങ്ങനെയൊക്കെ ആലോചിച്ച രാജാവ് പക്ഷിയെ മോചിപ്പിക്കാൻ ഉത്തരവിട്ടു.

വേടന് എന്തെങ്കിലും പറയാൻ സാധിക്കുന്നതിന് മുമ്പ് തന്നെ കിങ്കരന്മാർ രാജാവിന്റെ ഉത്തരവ് നടപ്പിലാക്കി. സാംഭുകന്റെ സന്തോഷം പറഞ്ഞറിയിക്കേണ്ടതില്ലല്ലോ. മോചിതനായ അവൻ പറന്ന് കൊട്ടാരത്തിന്റെ ഗോപുരത്തിൽ ഇരിപ്പുറപ്പിച്ചു. എല്ലാവരുടെയും കണ്ണുകൾ പക്ഷിയിൽത്തന്നെയായിരുന്നു. അപ്പോൾ പെട്ടെന്ന് സാംഭുകൻ കാഷ്ഠിച്ചു. രാജാവും മന്ത്രിയും മറ്റ് സഭാംഗങ്ങളും നോക്കി നിൽക്കെ ആ കാഷ്ഠം സ്വർണ്ണത്തരികളായി മാറി. വേടന്റെ വാക്കുകൾ വിശ്വസിക്കാതിരുന്നതിൽ രാജാവിന് വലിയ കുണ്ഠിതമുണ്ടായി. മന്ത്രിയാകട്ടെ ലജ്ജാഭരിതനായി തലതാഴ്ത്തി.

എല്ലാവരെയും നോക്കിയിട്ട് സാംഭുകൻ രാജാവിനോട് ഇങ്ങനെ പറഞ്ഞു: "മഹാരാജൻ, അങ്ങ് വിഷമിക്കേണ്ട. നമ്മൾ എല്ലാവരും വിഡ്ഢികളാണ്. വേടന്റെ വലയിൽ വീണ ഞാനും. ഇത്രയും വലിയ സൗഭാഗ്യം കൈയിൽ വന്നിട്ടും ഭയം മൂലം എന്നെ അങ്ങേയ്ക്ക് സമർപ്പിച്ച വേടനും വേടൻ പറഞ്ഞത് വിശ്വസിക്കാത്ത മന്ത്രിയും, മന്ത്രിയുടെ ഉപദേശം കേട്ടയുടൻ മറ്റൊന്നും ചിന്തിക്കാതെ എന്നെ മോചിപ്പിച്ച അങ്ങുമൊക്കെ വിഡ്ഢികളാണ്." ഇത്രയും പറഞ്ഞതിന് ശേഷം സാംഭുകൻ തന്റെ കാടിന്റെ സുരക്ഷിതത്വത്തിലേക്ക് പറന്നുപോയി.

കൂട്ടുകാരേ, ഇനി തീരുമാനങ്ങൾ എടുക്കുന്നതിന് മുമ്പ് അതിന്റെ വരുംവരായ്കകളെ കുറിച്ചു കൂടി നമ്മൾ ആലോചിക്കണം. മറ്റുള്ളവരുടെ ഉപദേശം കേട്ട് നമ്മൾ എടുത്തുചാടി ഒന്നും ചെയ്യരുത്.

നീലത്തിൽ വീണ കുറുക്കൻ

സ്വന്തം വർഗ്ഗത്തിലുള്ളവരെ വിട്ട് താൽക്കാലിക ലാഭങ്ങൾക്കായി അന്യരെ കൂട്ടുപിടിക്കുന്നത് വലിയ അപകടങ്ങൾക്ക് വഴിവെക്കും. നീലത്തിൽ വീണ കുറുക്കന്റെ കഥ അതാണ് നമ്മെ പഠിപ്പിക്കുന്നത്.

കാട്ടിലെ ഏറ്റവും കൗശലക്കാരനായ മൃഗം ഏതാണെന്ന് ചോദിച്ചാൽ കുറുക്കന്മാരാണെന്ന് നാം കണ്ണടച്ച് ഉത്തരം പറയും. നമ്മുടെ കഥയിലെ നായകനായ ചണ്ഡരവനും വളരെ കൗശലക്കാരനായ ഒരു കുറുക്കനായിരുന്നു. മറ്റുള്ള കുറുക്കന്മാരെ അപേക്ഷിച്ച് അവന് കൗശലം അൽപ്പം കൂടുതലാണോ എന്ന സംശയം മാത്രമേ ബാക്കിയുണ്ടായിരുന്നുള്ളു.

ചെറിയൊരു കാട്ടിലാണ് ചണ്ഡരവൻ താമസിച്ചു വന്നത്. കാട്ടിലെ രാജാവായ സിംഹത്തെയും തങ്ങളെക്കാൾ കരുത്തുള്ള പുലിയെയും കടുവയെയും ആനയെയും ഒക്കെ പേടിച്ചാണ് ആ കാട്ടിൽ കുറുക്കന്മാർ പാർത്തിരുന്നത്. വലിയവരെ ഒക്കെ പേടിയായിരുന്നെങ്കിലും അവരെ പറ്റിക്കാനുള്ള ഒരു സൂത്രം ആലോചിച്ചു നടക്കുകയായിരുന്നു ചണ്ഡരവൻ.

അങ്ങനെയിരിക്കെ കടുത്ത വേനൽ വന്നെത്തി. ആ ചെറിയ കാട്ടിൽ ഭക്ഷണത്തിനും ജീവജലത്തിനും വലിയ ബുദ്ധിമുട്ടായി. ഭക്ഷണക്ഷാമം രൂക്ഷമായപ്പോൾ അടുത്തുള്ള നാട്ടിലേ

ക്കിറങ്ങാൻ ചണ്ഡരവൻ തീരുമാനിച്ചു. നാട്ടുകാർ ധാരാളം കോഴികളെ വളർത്തുന്ന കാര്യം അവന് അറിയാമായിരുന്നു. നാട്ടിലെത്തിയ ചണ്ഡരവൻ ഓരോ ദിവസവും ഓരോ വീട്ടിലെത്തി കോഴികളെ പിടികൂടി തിന്ന് സുഭിക്ഷമായ ഒരു ജീവിതം നയിക്കാൻ തുടങ്ങി. കാട്ടിൽ വേട്ടയാടുന്നതിനേക്കാൾ എളുപ്പമാണ് കൂട്ടിൽ അടച്ചിട്ടിരിക്കുന്ന കോഴികളെ പിടിക്കുന്നത് എന്നവന് മനസ്സിലായി. ഇത് അവനെ വളരെ സന്തുഷ്ടനാക്കി.

എന്നാൽ, ദിവസവും കോഴികളെ നഷ്ടപ്പെടുന്നത് നാട്ടുകാരെ അസ്വസ്ഥരാക്കാൻ തുടങ്ങി. കുറുക്കൻ നാട്ടിലിറങ്ങിയിട്ടുണ്ട് എന്ന കാര്യത്തിൽ ആർക്കും തർക്കമുണ്ടായിരുന്നില്ല. അവനെ എങ്ങനെയും പിടികൂടണം എന്ന് നാട്ടുകാർ ചേർന്ന് തീരുമാനിച്ചു. അതിനുള്ള കെണിയൊരുക്കി അവർ രാത്രി കാവലിരിക്കാനും തുടങ്ങി.

ഒരു ദിവസം ചണ്ഡരവൻ ഒരു അലക്കുകാരന്റെ വീട്ടിലാണ് എത്തപ്പെട്ടത്. അവിടെ ശൂരന്മാരായ രണ്ട് നായ്ക്കൾ ഉള്ള കാര്യം അവന് അറിയില്ലായിരുന്നു. പതിവ് പോലെ കോഴിക്കൂടിന്റെ അടുത്തേക്ക് പതുങ്ങിയെത്തിയ കുറുക്കന്റെ ഗന്ധം പക്ഷേ, പട്ടികൾ പിടിച്ചെടുത്തു. അവർ അവന്റെ പിറകെ കൂടി. ഭീമാകാരന്മാരായ രണ്ട് പട്ടികൾ അടുത്തേക്ക് വരുന്നത് കണ്ട് ചണ്ഡരവൻ ജീവനും കൊണ്ട് പാഞ്ഞു. പട്ടികൾ അവനെ പിന്തുടർന്നു. പട്ടികളുടെ കുര നാട്ടുകാരെ ഉണർത്തി. അവരും കുറുക്കനെ പിന്തുടർന്നു.

പേടിച്ച് പാഞ്ഞ ചണ്ഡരവൻ പക്ഷേ, ചെന്നുവീണത് അലക്കുകാരൻ നീലം കലക്കിവെച്ച തൊട്ടിയിലാണ്. തൊട്ടിയിൽ നിന്നും ഒരു വിധം പുറത്തുകടന്ന കുറുക്കനെ കണ്ട് നാട്ടുകാരും പട്ടികളും അമ്പരന്നു. നീല നിറമുള്ള ഒരു വിചിത്രജീവി! അവരെല്ലാം പേടിച്ച് നാലുപാടും പാഞ്ഞു.

അങ്ങനെ നാട്ടിൽനിന്നും ഒരുവിധത്തിൽ രക്ഷപ്പെട്ട ചണ്ഡരവൻ കാട്ടിലെത്തി. അവന്റെ നിറം മാറ്റംമൂലം മറ്റ് ജീവികളൊന്നും അവനെ തിരിച്ചറിഞ്ഞില്ല. "ഇത് ഏത് മൃഗം?" എന്നവർ പരസ്പരം ചോദിച്ചു. അവന്റെ അടുത്ത് ചെല്ലാൻ എല്ലാവരും ഭയ

പ്പെട്ടു. അപ്പോൾ ചണ്ഡരവൻ ഒരു കാര്യം മനസ്സിലാക്കി. കാട്ടിലെ രാജാവായ സിംഹം ഉൾപ്പെടെ എല്ലാവരും തന്നെ പേടിക്കുന്നു. ഈ അവസരം മുതലാക്കാൻ തന്നെ അവൻ തീരുമാനിച്ചു.

അകലെ കൂട്ടം കൂടി നിന്ന മൃഗങ്ങളുടെ അടുത്തേക്ക് അവൻ ചെന്നു. അപ്പോൾ അവർ പേടിച്ച് ചിതറിയോടി കൂടുതൽ ദൂരത്തേക്ക് പോയി. സിംഹവും കടുവയും പുലിയുമെല്ലാം പേടിച്ച് പാഞ്ഞു. ഏത് കുലത്തിൽപ്പെട്ടവനാണ്, എന്ത് സ്വഭാവമാണെന്ന് തിരിച്ചറിയാതെ ഒരാളെ നേരിടാനാവില്ലല്ലോ എന്നതായിരുന്നു അവരുടെ ചിന്ത.

ഓടി രക്ഷപ്പെടാൻ ശ്രമിച്ചവരെ ചണ്ഡരവൻ ശാന്തമായി തന്റെ അടുത്തേക്ക് വിളിച്ചുവരുത്തി. "ഹേ കൂട്ടരെ, നിങ്ങൾ പേടിക്കേണ്ട. ഞാൻ കുങ്കുദ്രുവൻ. ഈ കാട്ടിലെ മൃഗങ്ങളുടെ രാജാവായിരിക്കാൻ ബ്രഹ്മാവ് പ്രത്യേകമായി സൃഷ്ടിച്ചതാണ്. ഇനി മുതൽ നിങ്ങളെല്ലാം എന്റെ പ്രജകളാണ്. നിങ്ങൾ എന്നെ ഒരു ചക്രവർത്തിയെപ്പോലെ അനുസരിക്കുകയും ശുശ്രൂഷിക്കുകയും ചെയ്യണം" ചണ്ഡരവൻ അവരോട് പറഞ്ഞു.

കേട്ടപാതി, കേൾക്കാത്തപാതി മറ്റ് മൃഗങ്ങളെല്ലാം അവന്റെ കാൽക്കൽ വീണ് നമസ്കരിച്ചു. സിംഹത്തെ പ്രധാനമന്ത്രിയും പുലിയെ സേനാ നായകനുമായി അവൻ നിയമിച്ചു. കടുവയെ കൊട്ടാരം സൂക്ഷിക്കാൻ നിയോഗിച്ചു. ചെന്നായക്കൂട്ടത്തെ പാറാവുകാരാക്കി. കാട്ടിലുള്ള തന്റെ വർഗ്ഗത്തിൽപ്പെട്ട കുറുക്കന്മാരെയെല്ലാം പുറത്താക്കുകയും ചെയ്തു.

എല്ലാ ദിവസവും മന്ത്രിയായ സിംഹമോ സേനാനായകനായ പുലിയോ വേട്ടയ്ക്കിറങ്ങും. അവർ കൊണ്ടുവരുന്ന ഭക്ഷണത്തിൽ ഒരു പങ്ക് കുറുക്കൻ ഭക്ഷിക്കും. ബാക്കിയാവുന്നത് അവൻ ചെറിയ മൃഗങ്ങൾക്ക് തിന്നാൻ കൊടുക്കും. അങ്ങനെ അവൻ മൃഗപ്രിയനായ ഒരു രാജാവായി മാറി. എല്ലാവരും അവന്റെ കാരുണ്യത്തെ വാഴ്ത്താൻ തുടങ്ങി.

പക്ഷേ, ജാത്യാലുള്ളത് തൂത്താൽ പോവില്ല എന്നൊരു ചൊല്ല് മലയാളത്തിലുണ്ട്. ചണ്ഡവരന്റെ കാര്യത്തിലും ഈ ചൊല്ല് അന്വർത്ഥമായി. അതൊരു നിലാവുള്ള രാത്രിയായിരുന്നു.

പൂർണചന്ദ്രന്റെ പ്രഭയിൽ വനം വെള്ളിയിൽ വാർത്തപോലെയായി. അത്തരം രാത്രികളിൽ ഉച്ചത്തിൽ ഓരിയിടാനുള്ള അഭിവാഞ്ഛ കുറുക്കന്മാരിൽ ജന്മ-സിദ്ധമാണ്. ദൂരെ കാടുകളിൽ മറ്റ് കുറുക്കന്മാർ ചന്ദ്രനെ നോക്കി ഉറക്കെ ഓരിയിടാൻ തുടങ്ങി. ഈ ശബ്ദം കൂടി കേട്ടതോടെ ഓരിയിടാനുള്ള ആഗ്രഹം ചണ്ഡരവനിൽ വളരാൻ തുടങ്ങി.

പക്ഷേ, മറ്റ് മൃഗങ്ങൾ തന്റെ കള്ളത്തരം കണ്ടുപിടിച്ചേക്കും എന്നതിനാൽ അവൻ പരമാവധി പിടിച്ചുനിൽക്കാൻ ശ്രമിച്ചു. എന്നാൽ ഏത് ദൃഢനിശ്ചയത്തെയും പിടിച്ചുലയ്ക്കുന്നതാണ് ജന്മ-സിദ്ധമായ വാസനകൾ. എന്തെന്നില്ലാത്ത ഒരു വികാരം അവന്റെ മനസ്സിനെ ഇക്കിളിപ്പെടുത്താൻ തുടങ്ങി. അങ്ങനെ ഒരു ദുർബ്ബല നിമിഷത്തിൽ അവന് തന്റെ ഉള്ളിലുള്ള വികാരത്തെ വിവേകം കൊണ്ട് നേരിടാൻ സാധിച്ചില്ല. അവൻ അവസാനം ഉറക്കെ ഓരിയിട്ടു. മറ്റ് കുറുക്കന്മാരെപ്പോലെ.

മറ്റ് മൃഗങ്ങൾ അത് കേട്ട് ഞെട്ടി. തങ്ങൾ ഇതുവരെ അത്ഭുത ജീവിയായി കണ്ട് പേടിക്കുകയും രാജാവായി പരിചരിക്കുകയും ചെയ്തിരുന്നത് ഒരു കള്ളക്കുറുക്കനെയാണ് എന്നറിഞ്ഞപ്പോൾ അവർക്ക് ലജ്ജയും കോപവും ഒരുപോലെ വന്നു.

"ഇതൊരു കള്ളക്കുറുക്കനാണ്. ബ്രഹ്മാവ് പ്രത്യേകം സൃഷ്ടിച്ചവനൊന്നുമല്ല. ഇവൻ നമ്മളെ പറ്റിക്കുകയായിരുന്നു," എന്ന് സിംഹം അലറിവിളിച്ചു.

"ഈ കാട്ടിലെ സർവ മൃഗങ്ങളെയും കബളിപ്പിക്കുകയും പരിഹസിക്കുകയും ചെയ്ത ഇവനെ വെറുതെ വിടരുത്." എന്ന് കടുവ മറ്റ് മൃഗങ്ങളോട് ആഹ്വാനം ചെയ്തു. പിന്നത്തെ കഥ പറയേണ്ടതില്ലല്ലോ. കടുവയുടെ ആഹ്വാനം കേട്ട മറ്റു മൃഗങ്ങൾ ഒന്നായി ചണ്ഡരവന്റെ നേരെ പാഞ്ഞടുത്തു. അവനെ കടിച്ചുകീറി.

താൽക്കാലിക ലാഭങ്ങൾക്കായി സ്വന്തം വർഗ്ഗക്കാരെ ഒഴിവാക്കി, മറ്റുള്ളവരെ ഒപ്പം ചേർക്കുന്നവന്റെ ഗതി ഇതായിരിക്കുമെന്ന് ഇപ്പോൾ മനസ്സിലായില്ലേ കൂട്ടുകാരേ?

മഹാചതുരകന്റെ മിടുക്ക്

യുദ്ധത്തിൽ എതിരാളിയുടെ മിടുക്കും കഴിവും ദൗർബല്യവും തിരിച്ചറിഞ്ഞാണ് പൊതുവിൽ തന്ത്രങ്ങൾ മെനയുന്നത്. അതുകൊണ്ടുതന്നെ എതിരാളിയുടെ ശക്തിദൗർബല്യങ്ങൾക്കനുസരിച്ച് തന്ത്രങ്ങളിലും മാറ്റങ്ങൾ ഉണ്ടാവും. എതിരാളി ശക്തനും ഗുണവാനും മാന്യനുമാണെങ്കിൽ അവനെ നമസ്കരിക്കണം. പരാക്രമിയാണെങ്കിൽ എന്തെങ്കിലും സൂത്രങ്ങൾ ഉപയോഗിച്ച് ഒഴിവാക്കാൻ ശ്രമിക്കണം. ഇനി എതിരാളി വളരെ നികൃഷ്ടനും നീചനുമാണെങ്കിൽ ചെറിയ പാരിതോഷികങ്ങൾ നൽകി സന്തോഷിപ്പിച്ച് വിടണം. എതിരാളി തുല്യ ബലവാനാണെങ്കിലോ അവനെ സ്വന്തം കരുത്തുകൊണ്ട് എതിരിട്ട് തോൽപ്പിക്കണം. മഹാചതുരകൻ എന്ന കുറുക്കന്റെ കഥയിലൂടെയാണ് ഈ യുദ്ധതന്ത്രങ്ങൾ വിഷ്ണുശർമ്മൻ രാജകുമാരന്മാരെ പഠിപ്പിച്ചത്.

ഒരു കൊടുംകാട്ടിലായിരുന്നു മഹാചതുരകന്റെ വാസം. അതീവ ബുദ്ധിമാനും കൗശലക്കാരനുമായിരുന്നു അവൻ. ഒരു ദിവസം ഇരതേടി കാട്ടിൽ അലയുന്നതിനിടയിൽ ഒരു ആന ചത്തുകിടക്കുന്നത് അവന്റെ ശ്രദ്ധയിൽപ്പെട്ടു. അവന് വലിയ സന്തോഷമായി. ഇനി കുറച്ച് ദിവസത്തേക്ക് വേട്ടയാടി കഷ്ടപ്പെടാതെ സുഭിക്ഷമായി ജീവിക്കാം എന്ന് അവൻ ആത്മഗതം

ചെയ്തു.

ആനയുടെ ശവശരീരത്തിന് ചുറ്റും അവൻ മണ്ടി നടന്നു. മൃദുലമെന്ന് പുറമെ തോന്നിയ ചില ഭാഗങ്ങളിൽ കടിച്ചും മാന്തിയും നോക്കി. എന്ത് ഫലം? ആനയുടെ തൊലിക്കട്ടി അപാരം. അത് പൊളിക്കാൻ പഠിച്ച പണി പതിനെട്ടും മഹാചതുരകൻ പയറ്റി നോക്കി. ഒരു രക്ഷയുമില്ല. തന്നെകൊണ്ട് ആനയുടെ കട്ടിയേറിയ തൊലി പൊളിക്കാനാവില്ല എന്ന് അവൻ തിരിച്ചറിഞ്ഞു. പക്ഷേ, ഇത്രയും വലിയ ഒരു ഭക്ഷണശേഖരം കിട്ടിയ സ്ഥിതിക്ക് അത് വെറുതെ കളയാനും പറ്റില്ല.

അങ്ങനെ ആനയെ ഭക്ഷിക്കാനുള്ള മാർഗ്ഗങ്ങളെക്കുറിച്ച് വളരെ ഗഹനമായി കുറുക്കൻ ആലോചിച്ചുകൊണ്ടിരിക്കെ കാട്ടിലെ രാജാവായ സിംഹം കറങ്ങിത്തിരിഞ്ഞ് അവിടെയെത്തി. കാട്ടിലെ മൃഗങ്ങൾക്കെല്ലാം സിംഹത്തെ പേടിയാണ് മഹാചതുരകനും. അവൻ സിംഹത്തിന്റെ മുന്നിൽ പഞ്ചപുച്ഛമടക്കി നിന്നും; സിംഹത്തെ എങ്ങനെ ഒഴിവാക്കും എന്നായിരുന്നു അപ്പോഴും അവൻ ആലോചിച്ചുകൊണ്ടിരുന്നത്. ഏതായാലും ആദ്യം സ്വന്തം തടി രക്ഷിക്കാം എന്ന് തന്നെ അവൻ തീരുമാനിച്ചു.

“അല്ലയോ രാജാവേ, എത്ര നേരമായി അങ്ങയെയും കാത്ത് ഞാൻ ഈ ആനയുടെ ശവത്തിന് കാവൽ നിൽക്കുന്നു. ഇന്ന് അങ്ങയുടെ അമൃതേത്തിന് ദയവായി ഈ ആനയെ ഭക്ഷിച്ചാലും.” തഞ്ചത്തിൽ മഹാചതുരകൻ ഉണർത്തിച്ചു.

“എടാ, നിനക്ക് എന്നെ അറിയില്ലേ? മറ്റൊരാൾ കൊന്ന വസ്തു നാം ഭക്ഷിക്കില്ല എന്ന് നിനക്ക് ഇപ്പോഴും അറിയില്ലേ? ധർമ്മചിന്തയുള്ളവൻ എത്ര ബുദ്ധിമുട്ടിയാലും ധർമ്മം വിട്ട് ഒന്നും ചെയ്യില്ല. അതിനാൽ ഞാൻ ഈ ആനയെ ഭക്ഷിക്കില്ല. ഇത് നീ തന്നെ തിന്നോളൂ,” എന്നായി സിംഹം.

“അങ്ങ് ധർമ്മ മാർഗ്ഗത്തിൽ പ്രവർത്തിക്കുന്നവനാണ് എന്ന് ഈ കാട്ടിൽ ആർക്കാണ് അറിയാത്തത്? എന്നാലും മികച്ചത് ലഭിക്കുമ്പോൾ രാജാവിന് സമർപ്പിക്കണമെന്നതാണല്ലോ പ്രമാണം. അതാണ് ഞാൻ അങ്ങനെ പറഞ്ഞത്. എന്റെ അപക്വമായ വാക്കിന് അങ്ങെന്നോട് പൊറുക്കണം. അന്തസ്സുള്ളവർ ഒരി

ക്കലും ശുദ്ധിവിട്ട് ജീവിക്കില്ല എന്ന് മനസ്സിലാക്കാതിരുന്നത് അടിയന്റെ തെറ്റാണ്." കുറുക്കൻ വീണ്ടും തന്ത്രം പയറ്റി.

ഏതായാലും മഹാചതുരകനോട് കുടുതൽ സംസാരിക്കാൻ നിൽക്കാതെ സിംഹം അതിന്റെ വഴിക്ക് പോയി. ശല്യമൊഴിഞ്ഞല്ലോ എന്ന സന്തോഷത്തോടെ മഹാചതുരകൻ വീണ്ടും ആനയുടെ തൊലി പൊളിക്കാനുള്ള ശ്രമങ്ങൾ ആരംഭിച്ചു. പക്ഷേ, വീണ്ടും നിരാശയായിരുന്നു ഫലം. അവൻ തന്റെ ശ്രമങ്ങൾ തുടരവെ ഒരു പുലി അവിടെയെത്തി. "ഒരുത്തനെ ഒരുവിധത്തിൽ ഒഴിവാക്കിയതേയുള്ളു. അപ്പോൾ അതാവരുന്നു അടുത്ത മാരണം. ഇവനെ പുകഴ്ത്തി പറഞ്ഞയയ്ക്കാൻ സാധിക്കില്ല. മറ്റെന്തെങ്കിലും സൂത്രം പ്രയോഗിക്കണം," എന്ന് മനസ്സിൽ ചിന്തിച്ചുകൊണ്ട് അവൻ പുലിയുടെ അടുത്തെത്തി. പുലി ശൂരനാണ്. അവനെ നേരിടാൻ തനിക്ക് കഴിയില്ല എന്ന് മഹാചതുരകന് അറിയാം. അവനെ പേടിപ്പിച്ചുവിടാനായി ഒരു തന്ത്രം മഹാചതുരകൻ പ്രയോഗിച്ചു.

"അമ്മാവാ, അങ്ങ് വളരെ മോശം സമയത്താണല്ലോ ഇങ്ങോട്ട് വന്നത്. സിംഹരാജൻ ഈ ആനയെ കൊന്നിട്ടിട്ട് കുളിക്കാനായി പോയിരിക്കുകയാണ്. മറ്റാരും ഇത് തൊടാതിരിക്കുന്നതിനായി എന്നെ കാവൽ നിറുത്തിയിട്ടാണ് അദ്ദേഹം പോയിരിക്കുന്നത്. ഏത് സമയത്തും അദ്ദേഹം തിരികെ എത്തിയേക്കാം. അതിനാൽ താങ്കൾ വേഗം രക്ഷപ്പെടാൻ നോക്കൂ." ഭീതിയും സംഭ്രമവും കലർന്ന സ്വരത്തിൽ അവൻ പുലിയോട് പറഞ്ഞു.

"അതിന് സിംഹരാജനും ഞാനും തമ്മിൽ ശത്രുതയൊന്നുമില്ലല്ലോ. എന്നെ കണ്ടാൽ അദ്ദേഹം ഈ ആനയുടെ കുറച്ച് ഇറച്ചി എനിക്ക് തരികയേ ഉള്ളൂ," എന്ന് പുലി ആത്മവിശ്വാസം പ്രകടിപ്പിച്ചു.

ഇതെന്ത് കുരിശ് എന്നാലോചിച്ചുകൊണ്ട് കുറുക്കൻ പുതിയ ഒരു തന്ത്രം പ്രയോഗിച്ചു. "താങ്കളോട് അദ്ദേഹത്തിന് ശത്രുതയുണ്ടാവില്ല. പക്ഷേ, താങ്കളുടെ വർഗ്ഗത്തോട് അദ്ദേഹത്തിന് തീർത്താൽ തീരാത്ത പകയുണ്ട്. പ്രത്യേകിച്ച് ആനയിറച്ചിയുടെ കാര്യത്തിൽ. പണ്ട്, അദ്ദേഹം കൊന്നിട്ട ഒരാനയെ ഒരു പുലി കടിച്ചു

പറിച്ച് അശുദ്ധമാക്കിയ അന്നുമുതൽ തുടങ്ങിയതാണ് ആ പക. ആനയെ തിന്നാൻ ഏതെങ്കിലും പുലി വരുന്നുണ്ടെങ്കിൽ തന്നെ അത് പ്രത്യേകം അറിയിക്കണം എന്ന് പറഞ്ഞിട്ടാണ് അദ്ദേഹം പോയിരിക്കുന്നത്. ഏതെങ്കിലും പുലി ഈ ആനയെ തൊട്ടാൽ പിന്നെ ഒരു പുലിയെയും കാട്ടിൽ വസിക്കാൻ അനുവദിക്കില്ല എന്ന ദൃഢനിശ്ചയത്തിലാണ് അദ്ദേഹം," എന്ന് പറഞ്ഞ് പുലിയെ കുറുക്കൻ വീണ്ടും വിരട്ടി. ആ വിരട്ടലിൽ പുലി വീണു. "അയ്യോ," എന്ന് പറഞ്ഞുകൊണ്ട് ഉള്ള ജീവനും കൊണ്ട് പുലി സ്ഥലം വിട്ടു. അവൻ പോയവഴിയിൽ പിന്നെ പുല്ല് പോലും മുളച്ചില്ല.

പുലി പോയപ്പോൾ തന്നെ മഹാചതുരകൻ ആനയുടെ തൊലി പൊളിക്കാനുള്ള ശ്രമങ്ങൾ വീണ്ടും തുടങ്ങി. ഏറെക്കഴിയും മുമ്പ് ഒരു കഴുതപ്പുലി ആ വഴി വന്നു. തീരെ നീചനാണ് കഴുതപ്പുലി. എന്ത് വൃത്തികേടും ചെയ്യുന്നതിന് ഒരു മടിയുമില്ലാത്തവൻ. എന്ത് വൃത്തികെട്ട ഭക്ഷണം കിട്ടിയാലും തിന്നും. പക്ഷേ, അവന്റെ പല്ലിന് നല്ല മൂർച്ചയാണ്. ഇതൊക്കെ ആലോചിച്ചപ്പോൾ ഇവനെക്കൊണ്ട് എങ്ങനെയും ആനയുടെ തൊലി പൊളിപ്പിക്കണമെന്ന് മഹാചതുരകൻ ഉറച്ചു. കുറച്ച് മാംസം കഴുതപ്പുലിക്ക് കൊടുത്തേക്കാം. എങ്കിലേ കാര്യം നടക്കൂ എന്ന് അവൻ മനസ്സിലാക്കി.

കഴുതപ്പുലിയെ കൂടുതൽ പ്രോത്സാഹിപ്പിക്കരുത് എന്നും നിശ്ചയിച്ചു. ഒരു സിംഹത്തെയും പുലിയെയും തന്ത്രപൂർവം ഓടിക്കാമെങ്കിൽ നീചനെങ്കിലും മണ്ടനായ കഴുതപ്പുലിയെ ഓടിക്കാൻ വലിയ ബുദ്ധിമുട്ടുണ്ടാവില്ലെന്നും മഹാചതുരകൻ കണക്കുകൂട്ടി.

"ഹാ, നീ എവിടെയായിരുന്നു ഇത്രയും കാലം? കണ്ടിട്ട് കുറെക്കാലമായല്ലോ?" എന്ന് സൗഹൃദം നടിച്ച് കഴുതപ്പുലിയെ കുറുക്കൻ സ്വാഗതം ചെയ്തു. എന്നാൽ കഴുതപ്പുലി ഇതൊന്നും ശ്രദ്ധിക്കുന്നുണ്ടായിരുന്നില്ല. അവൻ ആർത്തിയോടെ ആനയുടെ ശവശരീരം നോക്കിയിരിക്കുകയായിരുന്നു. കൊതിമൂത്ത് അവന്റെ വായിൽനിന്നും വെള്ളം ഒഴുകാൻ തുടങ്ങിയിരുന്നു.

"കണ്ടിട്ട് നീ വല്ലാതെ വിശന്നിരിക്കുകയാണെന്ന് തോന്നുന്ന ല്ലോ? വിഷമിക്കേണ്ട. ഈ ആനയുടെ കുറച്ച് ഇറച്ചി കഴിച്ചോളൂ. സിംഹരാജൻ കൊന്നിട്ടിട്ട് എന്നെ കാവൽനിറുത്തി കുളിക്കാൻ പോയതാണ്. അദ്ദേഹം മടങ്ങി വരുമ്പോഴേക്കും നീ കുറച്ച് ഭക്ഷി ച്ചോളൂ. അദ്ദേഹത്തോട് ഞാൻ ആ പുലിയുടെ പേര് പറഞ്ഞു കൊള്ളാം. സിംഹം മടങ്ങി വരുന്നുണ്ടോ എന്ന് നോക്കി ഞാൻ ഇവിടെ നിൽക്കാം. അദ്ദേഹം മടങ്ങി വരുന്നത് കണ്ടാൽ ഞാൻ നിന്നെ അറിയിക്കാം. അപ്പോൾ നീ വേഗം രക്ഷപ്പെട്ടാൽ മതി." ഔദാര്യപൂർവ്വം ആനയുടെ ഇറച്ചി തിന്നാൻ കഴുതപ്പുലിയെ മഹാ ചതുരകൻ പ്രോത്സാഹിപ്പിച്ചു.

എന്നാൽ അൽപ്പം ജാഡ കാണിക്കാൻ കഴുതപ്പുലി നിശ്ച യിച്ചു. "അമ്മാവാ, എനിക്കെന്തിനാ ഈ ആനയിറച്ചി? നല്ല ഒന്നാന്തരം മനുഷ്യമാംസം ഇഷ്ടം പോലെ കിട്ടാനുണ്ട്. ഞാൻ നല്ലത് മാത്രമേ ഭക്ഷിക്കൂ." എന്നായി കഴുതപ്പുലി.

"ഓ, പിന്നെ. മനുഷ്യമാംസം നീ ജനിച്ചതിന് ശേഷം കണ്ടി ട്ടുണ്ടോടാ? ഇപ്പോൾ നിന്നെ കണ്ടാൽ തന്നെയറിയാം എന്തെ ങ്കിലും കഴിച്ചിട്ട് ദിവസങ്ങളായെന്ന്. സിംഹത്തിനെ പേടിയാണെ ങ്കിൽ വിട്ടുപൊക്കോ. അല്ലെങ്കിൽ നീ എന്തെങ്കിലും കഴിക്കാൻ നോക്ക്. വെറുതെ വീമ്പ് പറഞ്ഞ് സമയം കളയാതെ. സിംഹം കുളി കഴിഞ്ഞ് ഇപ്പോൾ എത്തും." കുറുക്കൻ എരികൂട്ടി.

ഇനി ജാഡ കാണിട്ടിച്ച് കാര്യമില്ല എന്ന് മനസ്സിലാക്കിയ ക ഴുതപ്പുലി, തന്റെ മൂർച്ചയേറിയ പല്ലുകൾ ഉപയോഗിച്ച് ആനയു ടെ തൊലി പൊളിക്കാൻ തുടങ്ങി. അവൻ ആനയുടെ തൊലി ഒ രു ഭാഗത്ത് നിന്നും പൊളിച്ച് നീക്കിയപ്പോൾത്തന്നെ മഹാചതു രകൻ ഇങ്ങനെ അലറി: "മോനേ വിട്ടോടാ.... സിംഹം അതാ വ രുന്നു." കേട്ടപാതി കേൾക്കാത്ത പാതി പ്രാണഭയം നിമിത്തം കഴുതപ്പുലി കാട്ടിലേക്ക് മറഞ്ഞു.

അവൻ ഏറെ ദൂരം പോയിക്കഴിഞ്ഞു എന്ന് ഉറപ്പുവരുത്തിയ ശേഷം കഴുതപ്പുലി തൊലിപൊളിച്ച ഭാഗത്ത് ആനയുടെ ഇറച്ചി മഹാചതുരകൻ സാവധാനം ഭക്ഷിക്കാൻ തുടങ്ങി. അപ്പോഴാണ് മറ്റൊരു മാരണം മുന്നിലെത്തിയത്. ഒരു കുറുക്കനായിരുന്നു അത്.

“ഇതൊരു ശല്യമായല്ലോ? ഇവന് വരാൻ കണ്ട സമയം. ഇവനെ തന്ത്രമുപയോഗിച്ച് ഓടിക്കാൻ സാധിക്കില്ല. കാരണം തന്നെപ്പോലെ തന്നെ കൗശലക്കാരനായ ഒരു കുറുക്കനാണിവൻ. ആദ്യം വന്ന സിംഹം ഉത്തമനായതിനാൽ അവന്റെ ബലത്തെ അംഗീകരിച്ച് അവനെ ഞാൻ നമസ്കരിച്ചു. രണ്ടാമത് വന്ന പുലി ശൂരനായിരുന്നതിനാൽ, അവനെ ഉപായം ഉപയോഗിച്ച് പേടിപ്പിച്ച് വിട്ടു. കഴുതപ്പുലി നീചനായിരുന്നതിനാൽ ആനയിറച്ചി അൽപ്പം രുചിക്കാൻ അനുവദിച്ച് അവനെ പേടിപ്പിച്ച് വിട്ടു. പക്ഷേ, തുല്യശക്തിയുള്ളവനായതിനാൽ ഇവനോട് അതൊന്നും ഏൽക്കില്ല. നേരിട്ട് പോരാടുക തന്നെ.” എന്ന് നിശ്ചയിച്ച് മഹാചതുരകൻ മറ്റേ കുറുക്കന്റെ മേൽ ചാടി വീണു. ഘോരമായ യുദ്ധത്തിനൊടുവിൽ അവനെ കടിച്ചുകീറി. എന്നിട്ട് വളരെ സന്തോഷത്തോടെ ആനയിറച്ചി ഭക്ഷിച്ച് ആഴ്ചകളോളം സുഭിക്ഷമായി കഴിഞ്ഞുകൂടി.

ഇതാണ് ശത്രുവിന്റെ സ്വഭാവഗുണവും ദൗർബല്യങ്ങളും മനസ്സിലാക്കി വേണം യുദ്ധതന്ത്രങ്ങൾ മെനയേണ്ടത് എന്ന് പറയുന്നത്.

പുലിത്തോൽ ധരിച്ച കഴുത

കൈവിട്ടുപോയ ആയുധവും വാവിട്ടു പോയ വാക്കും തിരിച്ചെടുക്കാനാവില്ല എന്നൊരു ചൊല്ല് നിങ്ങൾ കേട്ടിട്ടില്ലേ കൂട്ടുകാരേ? അത് അക്ഷരാർത്ഥത്തിൽ ശരിയാണെന്ന് തെളിയിക്കുന്ന നിരവധി അനുഭവങ്ങൾ നമ്മുടെ നിത്യജീവിതത്തിൽ ഉണ്ടാവാറുണ്ട്. വാക്കുകൾ സൂക്ഷിച്ചുപയോഗിക്കണം. എന്ന് മാത്രമല്ല, എവിടെ, എപ്പോൾ, എന്താണ് പറയേണ്ടത് എന്ന കാര്യത്തിലും നമ്മൾ അങ്ങേയറ്റം ശ്രദ്ധ പുലർത്തേണ്ടതുണ്ട്. മൗനം പാലിക്കേണ്ട സ്ഥലങ്ങളിൽ മിണ്ടാതിരിക്കുക എന്നതും പ്രധാനമാണ്. ഈ കഥ ഒന്ന് ശ്രദ്ധിക്കൂ:

പണ്ട്, എന്നുപറഞ്ഞാൽ വളരെ പണ്ട് ഒരു രാജ്യത്ത് ഒരു അലക്കുകാരൻ ഉണ്ടായിരുന്നു. അയാൾക്ക് ഒരു കഴുതയും. കഠിനമായി ജോലി ചെയ്യുന്ന കഴുതയെ അലക്കുകാരന് വലിയ കാര്യമായിരുന്നു. അവന് നല്ല ഭക്ഷണം നൽകുന്ന കാര്യത്തിൽ അയാൾ ഒരു മുടക്കവും വരുത്തിയിരുന്നില്ല. അങ്ങനെയിരിക്കുന്ന ഘട്ടത്തിൽ രാജ്യത്ത് കൊടുംവേനൽ വന്നു. ജീവജാലങ്ങൾ ഒരുകിയൊലിക്കാൻ തുടങ്ങി. എന്നാൽ രാജ്യത്തെ രാജാവ് കഴിവുറ്റവനായിരുന്നതിനാൽ കൃഷിക്കുള്ള ജലസേചന സൗകര്യങ്ങൾ വളരെ മികച്ചതായിരുന്നു.

അതിനാൽത്തന്നെ, ബാക്കി സസ്യങ്ങളെല്ലാം ഉണങ്ങിക്ക

രിഞ്ഞപ്പോഴും വയലുകളിൽ നെല്ല് തഴച്ച് വളർന്നു. പക്ഷേ, നമ്മുടെ അലക്കുകാരൻ നിരാശനായിരുന്നു. കഴുതയ്ക്ക് നല്ല പുല്ലു കൊടുക്കാനുള്ള അയാളുടെ ശ്രമങ്ങളെല്ലാം പരാജയപ്പെട്ടു. എന്തുചെയ്യണമെന്നറിയാതെ അയാൾ വലഞ്ഞു. അപ്പോഴാണ് രാജ്യത്തിന്റെ അതിർത്തിയിലുള്ള വനത്തെക്കുറിച്ച് അയാൾക്ക് ഓർമ്മവന്നത്. അവിടെ ഒരിക്കലും വറ്റാത്ത ഒരു കുളമുണ്ട്. അതിന്റെ കരയിൽ നല്ല ഇളം പുല്ലുണ്ടാവുമെന്ന് അയാൾക്ക് ഉറപ്പുണ്ടായിരുന്നു.

അങ്ങനെ അയാൾ കഴുതയ്ക്കുള്ള പുല്ല് തേടി കാട്ടിലേക്ക് തിരിച്ചു. കാട്ടിലെത്തി ഒരിക്കലും വറ്റാത്ത കുളം അന്വേഷിച്ച് നടക്കുന്നതിനിടയിൽ ഒരു പുലി ചത്തു കിടക്കുന്നത് അയാൾ കണ്ടു. അപ്പോൾ അയാൾക്ക് ഒരു ബുദ്ധി തോന്നി.

“ഈ പുലിത്തോൽ ഉരിഞ്ഞെടുക്കാം. എന്നിട്ട് എല്ലാ ദിവസവും രാത്രിയിൽ കഴുതയെ പുലിത്തോലണിയിച്ച് പാടത്തേക്കിറക്കാം. അവൻ മതിവരുവോളം തിന്നതിനുശേഷം രാവിലെ വീട്ടിലേക്ക് മടങ്ങിക്കോളും. പുലിയാണെന്ന് കരുതി പേടിച്ച് കർഷകരൊന്നും പുറത്തിറങ്ങുകയുമില്ല. അല്ലാതെ എല്ലാ ദിവസവും പുല്ലിനായി ഇത്ര ദൂരം വരിക സാദ്ധ്യമല്ല. എന്റെ പണി മുടങ്ങിപ്പോകും,” എന്നെല്ലാം ചിന്തിച്ച് അയാൾ ശ്രദ്ധാപൂർവ്വം പുലിത്തോൽ ഉരിഞ്ഞെടുത്തു.

മടങ്ങി വീട്ടിലെത്തിയ അയാൾ അന്ന് രാത്രി തന്നെ കഴുതയെ പുലിത്തോലണിയിച്ച് പാടത്തേക്കിറക്കി വിട്ടു. കഴുതയ്ക്കും വലിയ സന്തോഷമായി. കുറെ ദിവസമായി പച്ചപ്പുല്ല് തിന്നിട്ട്. എന്നും ഇതുവഴി പോകുമ്പോൾ പാടത്ത് വളർന്ന് നിൽക്കുന്ന നെൽച്ചെടി കണ്ട് വെള്ളമിറക്കാറുണ്ട്. എന്ത് ഫലം? ഇനി പേടിക്കേണ്ട. മതിവരുവോളം ഭക്ഷിക്കാം എന്ന മനോരഥവുമായി കഴുത പാടത്തേക്കിറങ്ങി.

അകലെ നിന്ന് വരുന്ന വെളിച്ചത്തിൽ പാടത്ത് പുലിത്തോൽ പുതച്ച കഴുതയെ കണ്ട് കർഷകർ പേടിച്ചു. അവർ തങ്ങളുടെ വീടുകളിൽ കയറി കതകടച്ചു. പിന്നീട് ഇതൊരു പതിവായി. എല്ലാ ദിവസവും രാത്രിയിൽ അലക്കുകാരൻ കഴുതയെ പുലി

ത്തോലണിയിച്ച് പാടത്തേക്കിറക്കും. അവൻ മതിവരുവോളം തിന്ന് അതിരാവിലെ തന്നെ തിരികെ അലക്കുകാരന്റെ വീട്ടിലെത്തും. തിന്ന് കൊഴുത്ത് കഴുത കുട്ടപ്പനായി. അപ്പോഴേക്കും അഹങ്കാരം അവന്റെ തലയ്ക്ക് പിടിക്കാൻ തുടങ്ങിയിരുന്നു.

ഒരു രാത്രിയിൽ കഴുത നെൽച്ചെടി നിന്ന് രസിക്കുന്നതിനിടയിൽ അങ്ങകലെ നിന്ന് ഒരു പെൺകഴുതയുടെ അമറൽ കേട്ടു. കുറെ നേരം പിടിച്ചു നിന്നെങ്കിലും തിരിച്ച് അമറാതിരിക്കാൻ അവന് സാധിച്ചില്ല. അവനും മെല്ലെ ഒച്ചയിട്ടു. അപ്പോൾ പെൺകഴുത കൂടുതൽ ഉച്ചത്തിൽ അമറാൻ തുടങ്ങി. നമ്മുടെ കഥാനായകന്റെ അമറലും ഉച്ചത്തിലായി. ബഹളം കേട്ട് കർഷകർ വീടുകൾക്ക് വെളിയിൽ വന്നു. അവർ നോക്കിയപ്പോൾ വയലിൽ പുലിത്തോലിട്ട ഒരു കഴുത നിന്ന് അമറുന്നു. അതോടെ കഴുതയുടെ കള്ളി വെളിച്ചത്തായി.

പുലിയല്ല, പുലിത്തോൽ ധരിച്ച ഒരു കഴുതയാണ് തങ്ങളുടെ കൃഷി നശിപ്പിക്കുന്നതെന്ന് കർഷകർ തിരിച്ചറിഞ്ഞു. കോപാകുലരായ അവർ വടിയും തടിയുമായി വന്ന് കഴുതയെ മർദ്ദിക്കാൻ തുടങ്ങി. അവൻ ഒരുവിധത്തിലാണ് അവരുടെ ഇടയിൽനിന്നും ഓടി രക്ഷപ്പെട്ടത്. ഇപ്പോൾ മനസ്സിലായില്ലേ വാ തുറക്കേണ്ട സ്ഥലങ്ങളിൽ മാത്രമേ അത് ചെയ്യാവൂ. അനവസരങ്ങളിൽ ഉചിതമല്ലാത്ത സ്ഥലത്ത് വാ തുറന്നാൽ അലക്കുകാരന്റെ കഴുതയുടെ അനുഭവമായിരിക്കും നമുക്കും ഉണ്ടാവുക.

പാടലീപുത്രത്തിലെ ക്ഷുരകൻ

പാടലീപുത്രം എന്ന രാജ്യം പുരാണങ്ങളിൽ പ്രചുരപ്രചാരം നേടിയ ഒന്നാണ്. അവിടെ ധനാഢ്യനായ ഒരു വ്യാപാരി ഉണ്ടായിരുന്നു. മാണിഭദ്രൻ എന്നായിരുന്നു അദ്ദേഹത്തിന്റെ പേര്. സമ്പന്നനായിരുന്നെങ്കിലും മാണിഭദ്രൻ വലിയ ധർമ്മിഷ്ഠനുമായിരുന്നു. ധാരാളം പശുക്കൾ, കുതിരകൾ, വ്യാപാരസ്ഥാപനങ്ങൾ എന്നിവയെല്ലാം അദ്ദേഹത്തിന്റെ അധീനതയിലുണ്ടായിരുന്നു. അഭയം തേടി വരുന്നവർക്കെല്ലാം അദ്ദേഹം വലിയ ആശ്രയമായിരുന്നു. സാധുക്കളെ കൈയറിഞ്ഞ് സഹായിക്കുന്നതിലും അദ്ദേഹം ശ്രദ്ധ പുലർത്തിയിരുന്നു.

എന്നാൽ കഷ്ടകാലം ആരെ, എപ്പോൾ ബാധിക്കുമെന്ന് പറയാനാവില്ല. അപ്രതീക്ഷിതമായി കച്ചവടത്തിൽ മാണിഭദ്രന് വലിയ നഷ്ടം നേരിട്ടു. അയാളുടെ സ്വത്തുക്കളെല്ലാം അന്യാധീനപ്പെട്ടു. കോടീശ്വരനായിരുന്ന അയാൾ കടുത്ത ദാരിദ്ര്യത്തിലേക്ക് വഴുതിവീണു. പണക്കാരൻ പെട്ടെന്ന് ദരിദ്രനായാൽ ഉണ്ടാവുന്ന അപമാനങ്ങൾ ഊഹിക്കാൻ സാധിക്കുമല്ലോ? അപമാനവും കഷ്ടനഷ്ടങ്ങളും കാരണം ജീവിതം മടുത്ത മാണിഭദ്രൻ പട്ടിണി കിടന്ന് മരിക്കാൻ തീരുമാനിച്ചു.

പക്ഷേ, അന്ന് രാത്രി അയാളൊരു വിചിത്ര സ്വപ്നം കണ്ടു. ഒരു ബുദ്ധ ഭിക്ഷുവാണ് മാണിഭദ്രന്റെ സ്വപ്നത്തിൽ പ്രത്യക്ഷ

പ്പെട്ടത്. "അല്ലയോ വ്യാപാരി ശ്രേഷ്ഠാ, ധർമ്മശീലനായ അങ്ങ് പട്ടിണി കിടന്ന് മരിക്കേണ്ടതില്ല. താങ്കളുടെ കഷ്ടതകളെല്ലാം മാറാൻ പോവുകയാണ്. അങ്ങയുടെ പൂർവ്വികർ സൂക്ഷിച്ചുവച്ച നിധിയാണ് ഞാൻ. നാളെ ബുദ്ധഭിക്ഷുവിന്റെ ഈ രൂപത്തിൽ ഞാൻ താങ്കളുടെ വീട്ടിൽ വരും. അപ്പോൾ ഒരു വടിയെടുത്ത് അങ്ങ് എന്റെ തലയ്ക്കടിക്കണം. ആ നിമിഷം ഞാൻ സ്വർണ്ണ നാണയങ്ങളായി തീരും. പിന്നെ ഒരിക്കലും തീരാത്ത സമ്പ ത്തായി ഞാൻ താങ്കളുടെ വീട്ടിൽ തന്നെയുണ്ടാവും." സ്വപ്ന ത്തിൽ ബുദ്ധഭിക്ഷു മാണിഭദ്രനോട് പറഞ്ഞു.

മാണിഭദ്രൻ ഞെട്ടിയുണർന്നു. "ങേ! ഞാൻ കണ്ട സ്വപ്നം സത്യമാണോ? എങ്ങനെ സത്യമാവാൻ? പണത്തെക്കുറിച്ച് മാത്രം ഓർത്ത് കിടന്നുറങ്ങിയത് കൊണ്ടായിരിക്കും അതിനെ കുറിച്ച് സ്വപ്നം കണ്ടത്. എന്റെയൊരു ഗതിയേ!" എന്ന് സ്വയം ശപിച്ച് മാണിഭദ്രൻ വീണ്ടും ഉറങ്ങാൻ കിടന്നു.

പിറ്റേ ദിവസം നേരം പുലർന്നപ്പോൾ മാണിഭദ്രന്റെ വീട്ടിൽ ആദ്യമെത്തിയത് ആ നാട്ടിലെ ക്ഷുരകനായിരുന്നു. വീട്ടിലെ അം ഗങ്ങളുടെ മുടി മുറിക്കാൻ മാണിഭദ്രന്റെ ഭാര്യയാണ് ക്ഷുരക നെ വിളിച്ചു വരുത്തിയത്. ക്ഷുരകൻ തന്റെ ജോലിയിൽ വ്യാപൃ തനായിരിക്കുമ്പോൾ അതാ വരുന്നു മറ്റൊരു അതിഥി. മാണിഭ ദ്രൻ ആകാംക്ഷയോടെ പുറത്തേക്ക് നോക്കി. അതെ, താൻ സ്വ പ്നത്തിൽ കണ്ട അതേ ബുദ്ധഭിക്ഷു തന്നെ. തന്റെ തലയ്ക്ക് അടിക്കാൻ മാണിഭദ്രനോട് ബുദ്ധഭിക്ഷു ആംഗ്യം കാണിച്ചു.

അവിടെക്കിടന്ന ഒരു വടിയെടുത്ത് മാണിഭദ്രൻ ബുദ്ധഭിക്ഷു വിന്റെ തലയ്ക്ക് ശക്തിയായി അടിച്ചു. അത്ഭുതമെന്ന് പറയട്ടെ, അപ്പോൾത്തന്നെ ബുദ്ധഭിക്ഷു സ്വർണ്ണനാണയങ്ങളുടെ കൂമ്പാ രമായി മാറി. മാണിഭദ്രൻ അതെല്ലാം പെറുക്കിയെടുത്ത് അക ത്തേക്ക് പോയി.

ഇതെല്ലാം കണ്ടുനിന്ന ക്ഷുരകൻ അന്ധാളിച്ച് പോയി. ബുദ്ധ ഭിക്ഷുക്കളുടെ തലയ്ക്കടിച്ചാൽ അവരുടൻ സ്വർണ്ണനാണയങ്ങ ളായി മാറും എന്ന് ക്ഷുരകൻ ധരിച്ചുവശായി. തന്റെ കുടിലിലേ ക്ക് എങ്ങനെ ബുദ്ധഭിക്ഷുക്കളെ ആകർഷിക്കാം എന്നായി അയാ

ളുടെ ചിന്ത. ഏറെ ആലോചിച്ചപ്പോൾ അയാൾക്ക് ഒരു ഉപായം തോന്നി. അയാൾ പട്ടണത്തിൽ പോയി കുറെ ബുദ്ധഭിക്ഷുക്കളെ കണ്ടു. അവരെ തന്റെ വീട്ടിലേക്ക് സദ്യക്ക് ക്ഷണിച്ചു. ഭിക്ഷുക്കൾ സന്തോഷപൂർവ്വം ക്ഷണം സ്വീകരിച്ചു.

പറഞ്ഞ സമയത്ത് തന്നെ ഭിക്ഷുക്കൾ ക്ഷുരകന്റെ കുടിലിലെത്തി. വലിയൊരു തടിയുമായി ക്ഷുരകൻ വീടിന് പുറത്ത് ഭിക്ഷുക്കളെ കാത്തുനിൽക്കുന്നുണ്ടായിരുന്നു. അവർ വീട്ടിൽ പ്രവേശിച്ചതും ക്ഷുരകൻ എല്ലാവരുടെയും തലമണ്ടയിൽ ആഞ്ഞടിക്കാൻ തുടങ്ങി. സന്ന്യാസിമാർ ഭയന്ന്, നിലവിളിക്കാനും.

"ഇയാൾക്ക് എന്ത് പറ്റി. ഭ്രാന്ത് പിടിച്ചോ? സദ്യക്കെന്ന് പറഞ്ഞ് കൂട്ടിക്കൊണ്ട് വന്നിട്ട് ഇപ്പോഴിതാ ഞങ്ങളെ തല്ലിച്ചതയ്ക്കുന്നു," എന്ന് സന്ന്യാസിമാർ അലറി വിളിച്ചു.

"എടാ മഹാപാപീ, നിറുത്തെടാ. സദ്യയില്ലെങ്കിലും വേണ്ടില്ല. ഞങ്ങളെ തല്ലാതെ, വെറുതെ വിടടാ," എന്നവർ ക്ഷുരകനോട് അപേക്ഷിച്ചു. "മഹാസന്ന്യാസിമാരെ നിങ്ങൾ എത്രയും വേഗം സ്വർണ്ണനാണയങ്ങളായി മാറൂ. അടി എത്ര വേണമെങ്കിലും ഇനിയും തരാം. എനിക്കും ഈ ദാരിദ്ര്യത്തിൽനിന്നും രക്ഷപ്പെട്ട് സമ്പന്നനായി ജീവിക്കാൻ ആഗ്രഹമില്ലേ?" എന്നായിരുന്നു ക്ഷുരകന്റെ മറുപടി.

"ഇവന് സമനില തെറ്റിയത് തന്നെ. സ്വർണ്ണനാണയങ്ങളാകാനോ? ആരെങ്കിലും ഓടിവരണേ, അയ്യോ, എന്റെ തലപൊട്ടിയേ." എന്നൊക്കെ സന്ന്യാസിമാർ നിലവിളി തുടർന്നു.

ഈ സമയം പുറത്ത് രണ്ട് പൊലീസുകാർ നടന്നുപോകുന്നുണ്ടായിരുന്നു. ക്ഷുരകന്റെ വീട്ടിൽനിന്നും സന്ന്യാസിമാർ നിലവിളിക്കുന്ന ശബ്ദം അവരുടെ ചെവികളിലെത്തി. എന്തോ പ്രശ്നമുണ്ട് എന്ന് മനസ്സിലാക്കിയ പൊലീസുകാർ ക്ഷുരകന്റെ വീടിന്റെ വാതിൽ ചവിട്ടിത്തുറന്നു.

മുറിക്കുള്ളിൽ പ്രവേശിച്ച പൊലീസുകാർ കണ്ടത് ചോരയിൽ കുളിച്ച ബുദ്ധഭിക്ഷുക്കളെയും വടിയുമായി ഉറഞ്ഞുതുള്ളുന്ന ക്ഷുരകനെയുമാണ്. പൊലീസുകാർ ഉടൻതന്നെ ക്ഷുരകനെ പിടിച്ചുകെട്ടി രാജസന്നിധിയിൽ എത്തിച്ചു.

രാജാവിന്റെ മുന്നിൽ ക്ഷുരകൻ എല്ലാക്കാര്യങ്ങളും തുറന്നു പറഞ്ഞു. മാണിഭദ്രന്റെ വീട്ടിൽ വച്ച് കണ്ട അത്ഭുതക്കാഴ്ചയടക്കം. രാജാവ് മാണിഭദ്രനെ വിളിച്ചുവരുത്തി. എന്താണ് തന്റെ വീട്ടിൽ നടന്നതെന്ന് മാണിഭദ്രൻ വിവരിച്ചു. മാണിഭദ്രന്റെ കഥ കേട്ടുകഴിഞ്ഞപ്പോൾ രാജാവ് ഇങ്ങനെ കൽപ്പിച്ചു: "ആരവിടെ, കാര്യംമുഴുവൻ മനസ്സിലാക്കാതെ നിരപരാധികളായ സന്ന്യാസിമാരെ തല്ലിച്ചതച്ച ഈ വിഡ്ഢിയായ ക്ഷുരകന് മതിയായ ശിക്ഷ നൽകൂ. അവനെ തലമൊട്ടയടിച്ച്, കഴുതപ്പുറത്ത് കയറ്റി നഗരം ചുറ്റിക്കൂ. പത്ത് ചാട്ടവാറടിയും നൽകട്ടെ." എളുപ്പത്തിൽ സമ്പന്നനാകാനുള്ള ക്ഷുരകന്റെ ശ്രമം അങ്ങനെ പരാജയപ്പെട്ടു.

നല്ലവണ്ണം കാണാതെയോ, കേൾക്കാതെയോ, അറിയാതെയോ ഒരു കാര്യത്തിനും ചാടിപ്പുറപ്പെടരുത്. അങ്ങനെ ചെയ്താൽ ഈ ക്ഷുരകന്റെ ഗതിയാവും നമുക്കും ഉണ്ടാവുക.

വലയിൽപ്പെട്ട പ്രാവ്

ഉറ്റബന്ധുക്കളെക്കാൾ ജീവിതത്തിൽ എപ്പോഴും നമുക്ക് താങ്ങും തണലുമായി നിൽക്കുന്നത് നല്ല സുഹൃത്തുക്കളായിരിക്കും. പരസ്പരം ശക്തിദൗർബല്യങ്ങൾ തിരിച്ചറിഞ്ഞ് ഇടപഴകുന്നവരായിരിക്കും നല്ല കൂട്ടുകാർ. ഈ കഥ ശ്രദ്ധിക്കൂ:

ഈ കഥ നടക്കുന്നത് ഒരു കൊടുംകാട്ടിലാണ്. എല്ലാത്തരത്തിലുള്ള പക്ഷികളും മൃഗങ്ങളും സസ്യജാലങ്ങളുമുള്ള ഒരു വലിയ കാട്. അവിടെ വളർന്ന് പന്തലിച്ച് നിൽക്കുന്ന വലിയൊരു ആൽമരമുണ്ടായിരുന്നു. അതിൽ ലഘുപതനകൻ എന്ന ഒരു കാക്ക കൂടുകെട്ടി പാർത്തിരുന്നു. ബുദ്ധിമാനും പക്വതയുള്ളവനുമായിരുന്നു ലഘുപതനകൻ.

ഒരുദിവസം അവൻ ഇരതേടി പോകുമ്പോൾ കൈയിൽ കെണിയുമായി ഒരു കാട്ടാളൻ വരുന്നത് കണ്ടു. അവനെ കണ്ടാൽത്തന്നെ പേടിച്ചുപോകും. കറുത്ത് തടിച്ച ഒരു ആജാനുബാഹു. ചുവന്ന് കലങ്ങിയ കണ്ണുകൾ. ലഘുപതനകൻ ഞടുങ്ങിപ്പോയി. ഏതെങ്കിലും പാവപ്പെട്ട മൃഗത്തെയോ പക്ഷിയെയോ കെണിവച്ച് പിടിക്കാനാണ് അയാളുടെ പോക്കെന്ന് ലഘുപതനകൻ ഊഹിച്ചെടുത്തു.

അയാളറിയാതെ ലഘുപതനകൻ കാട്ടാളനെ പിന്തുടർന്നു. താൻ താമസിക്കുന്ന ആൽമരത്തിന്റെ അടുത്തേക്കാണ് അയാ

ളുടെ സഞ്ചാരം എന്ന് തിരിച്ചറിഞ്ഞപ്പോൾ ലഘുപതനകൻ ഞെട്ടിപ്പോയി. അയാളുടെ ലക്ഷ്യം താൻ താമസിക്കുന്ന മരത്തിലെ പക്ഷികളാണെന്ന് ലഘുപതനകൻ മനസ്സിലാക്കി. അവൻ പെട്ടെന്ന് കാ, കാ എന്ന് ഉച്ചത്തിൽ കരയാൻ തുടങ്ങി. ലഘുപതനകന്റെ നിലവിളിയിൽ അപകടം മണത്ത മറ്റു പക്ഷികൾ അവന്റെ അടുത്തേക്ക് പറന്നെത്തി.

"ഒരു ദുഷ്ടനായ കാട്ടാളൻ ഈ ആൽമരത്തിന്റെ താഴെ എത്തിയിട്ടുണ്ട്. നീങ്ങളെ പിടിക്കാനാണ് അവൻ എത്തിയിരിക്കുന്നത്. അവൻ ഇപ്പോൾ താഴെ കെണിയൊരുക്കും. അവന്റെ കൈയിൽ മുല്ലപ്പൂ പോലെയുള്ള അരിമണികളുണ്ട്. അവനത് നിലത്തുവിതറും. അതിന് മുകളിലാണ് അവൻ വലവിരിക്കുക. നിങ്ങൾ അരിമണികൾ കൊത്തിത്തിന്നാൻ ചെല്ലുമ്പോൾ വലയിൽ കുരുങ്ങും. അതാണ് അവന്റെ തന്ത്രം. നിങ്ങൾ ഈ തന്ത്രത്തിൽ വീഴരുത്. എത്ര വിശന്നാലും അവൻ വിതറുന്ന അരിമണികൾ കൊത്തിത്തിന്നാൻ നിങ്ങൾ പോകരുത്. പോയാൽ മരണം സുനിശ്ചിതം" ലഘുപതനകൻ മറ്റ് പക്ഷികൾക്ക് മുന്നറിയിപ്പ് നൽകി.

"ഇല്ല, ഞങ്ങളാരും അരിമണി തിന്നാൻ പോകില്ല." മറ്റ് പക്ഷികൾ ലഘുപതനകന്റെ മുന്നിൽ ദൃഢപ്രതിജ്ഞ എടുത്തു.

ഇതിനകം തന്നെ കാട്ടാളൻ മരച്ചുവട്ടിൽ എത്തിയിരുന്നു. അവൻ അരിമണി വിതറി വല വിരിച്ചതിന് ശേഷം ദൂരെ മാറി ഒളിച്ചിരുന്നു. എന്നാൽ കാക്കയുടെ വാക്കുകൾ കേട്ട പക്ഷികളാരും തന്നെ അരിമണി കൊത്തിത്തിന്നാൻ പോയില്ല. അങ്ങനെ കുറെ നേരം കടന്നുപോയി. അപ്പോൾ അകലെ നിന്നും കുറെ പക്ഷികൾ പറന്നുവരുന്നതിന്റെ ശബ്ദം കേട്ടു. കുറുകലിന്റെ ശബ്ദത്തിൽനിന്നും പ്രാവുകളാണ് പറന്നുവരുന്നത് എന്ന് ലഘുപതനകൻ മനസ്സിലാക്കി.

അത് ചിത്രഗ്രീവൻ എന്ന പ്രാവ് രാജാവും അദ്ദേഹത്തിന്റെ പരിവാരങ്ങളുമായിരുന്നു. അവ പറന്ന് അരിമണികളുടെ അടുത്തേക്ക് വരുന്നത് കണ്ട് ആവുന്നത്ര ഉച്ചത്തിൽ ലഘുപതനകൻ ഇങ്ങനെ മുന്നറിയിപ്പ് നൽകി: "താഴെ വിതറിയിരിക്കുന്ന അരിമണികൾ തിന്നരുത്. അത് ആ കാട്ടാളന്റെ കെണിയാണ്.

അരിമണി തിന്നാൻ ചെന്നാൽ നിങ്ങൾ അവന്റെ വലയിൽ കുടുങ്ങും. അതുകൊണ്ട് നിങ്ങൾ വളരെ സൂക്ഷിക്കണം."

"ഒന്ന് പോടേ, ഇത്രയും നല്ല അരിമണികൾ എവിടെ കിട്ടാനാണ്. കുറെക്കാലമായി ഇത്രയും നല്ല അരിമണികൾ തിന്നിട്ട്," എന്ന് അവർ ലഘുപതനകനെ കളിയാക്കി.

പക്ഷേ, ഭക്ഷണത്തോട് ആർത്തിമൂത്ത പ്രാവുകൾ കാക്കയുടെ മുന്നറിയിപ്പ് കൂട്ടാക്കാതെ അരയാലിന്റെ താഴേക്ക് പറന്നിറങ്ങി അരിമണികൾ കൊത്തിത്തിന്നാൻ തുടങ്ങി. പെട്ടെന്ന് തന്നെ വല മുറുകുകയും പ്രാവുകളെല്ലാം അതിൽ കുടുങ്ങുകയും ചെയ്തു. ഇനിയെന്ത് ചെയ്യും? അത്യാർത്തി മൂലമാണ് തങ്ങൾക്ക് ഈ ഗതിവന്നതെന്നോർത്ത് അവർ സങ്കടപ്പെട്ടു.

പ്രാവുകൾ വലയിൽ വീണയുടൻ ഒളിച്ചിരുന്ന കാട്ടാളൻ ഒരു വടിയുമായി അവയുടെ നേരെ ഓടി. എന്നാൽ കരുത്തനായ രാജാവായിരുന്നു ചിത്രഗ്രിവൻ. അപകടസമയത്തും അദ്ദേഹത്തിന്റെ ആത്മവിശ്വാസം നഷ്ടമായില്ല. "നിങ്ങൾ പരിഭ്രമിക്കേണ്ട കാര്യമില്ല. ഞാൻ പറയുന്നത് ശ്രദ്ധയോടെ കേൾക്കുകയും അനുസരിക്കുകയും ചെയ്യുക. വേടൻ അടുത്തെത്തുമ്പോൾ ഞാൻ ഒരു സൂചന നൽകും. അപ്പോൾ എല്ലാവരും ഒരുമിച്ച് പറന്നുയരണം. അപ്പോൾ വലയും നമ്മോടൊപ്പം ഉയരും. ദൂരെ എവിടെയെങ്കിലും സുരക്ഷിതമായി പറന്നെത്തിയ ശേഷം വലയിൽ നിന്നും എങ്ങനെയെങ്കിലും നമുക്ക് പുറത്ത് കടക്കാം." എന്ന് ചിത്രഗ്രിവൻ മറ്റ് പ്രാവുകൾക്ക് നിർദ്ദേശം നൽകി. അപകടസമയത്തും നല്ല സമയത്തും സമചിത്തത വിടാത്തവരാണല്ലോ നല്ല നേതാക്കന്മാരാകുന്നത്.

വേടൻ അടുത്തേക്ക് എത്തിയപ്പോൾ ചിത്രഗ്രിവൻ മറ്റ് പ്രാവുകൾക്ക് സൂചന നൽകി. ആ അടയാളം അനുസരിച്ച് പ്രാവുകൾ ഒരേ സമയത്ത് ഒന്നിച്ച് പറന്നുയർന്നു. ഒപ്പം വലയും ആകാശത്തേക്ക് പറന്നുപോയി. "അയ്യോ, എന്റെ വലയും കൊണ്ടാണല്ലോ അവ പോകുന്നത്." നിലവിളിച്ചുകൊണ്ട് കാട്ടാളൻ പ്രാവുകൾക്ക് പിന്നാലെ ഓടി. അയാൾ വിടാൻ ഭാവമില്ലായിരുന്നു. കുറെ പറന്ന ശേഷം തളരുമ്പോൾ പ്രാവുകൾ പരസ്പരം അടികൂടി

താഴേക്ക് വീഴുമെന്നായിരുന്നു അയാളുടെ കണക്കുകൂട്ടൽ.

സംഭവം മുഴുവൻ നോക്കിയിരുന്ന ലഘുപതനകൻ പ്രാവുകളുടെയും വേടന്റെയും പിന്നാലെ കൂടി. അപ്പോഴേക്കും പ്രാവുകൾ വേടന്റെ ദൃഷ്ടിയിൽനിന്നും മറഞ്ഞിരുന്നു. അവൻ ആകെ നിരാശയായി. പ്രാവുകളെ കിട്ടിയതുമില്ല, ഉള്ള വലയും നഷ്ടപ്പെട്ടു. ഇനി എങ്ങനെ ജീവിക്കും എന്ന ആശങ്ക അയാളെ പൊതിഞ്ഞു. "വിധിക്കാത്തതൊന്നും കിട്ടില്ല," എന്ന് വിധിയെ പഴിച്ചുകൊണ്ട് അയാൾ തിരികെ പോയി.

ഏറെ ദൂരം പറന്ന് തങ്ങൾ സുരക്ഷിതരായി എന്നുറപ്പായപ്പോൾ പ്രാവുകൾ ഒരു പാറയുടെ മുകളിലിരുന്നു. "നിങ്ങൾ വേവലാതിപ്പെടേണ്ട. നഗരത്തിനടുത്ത് ഹിരണ്യകൻ എന്നൊരു എലി എന്റെ സുഹൃത്തായി ഉണ്ട്. നമുക്ക് അവന്റെ അടുത്തേക്ക് പോകാം. ഈ വല മുറിച്ച് രക്ഷപ്പെടാൻ അവനും കൂട്ടരും നമ്മെ സഹായിക്കും." ചിത്രഗ്രിവൻ കൂട്ടാളികളോട് പറഞ്ഞു.

അങ്ങനെ നഗരത്തിനടുത്ത് വലിയ ഒരു കോട്ടകെട്ടി താമസിക്കുന്ന ഹിരണ്യകന്റെയും കൂട്ടരുടെയും അടുത്തേക്ക് പ്രാവുകളുടെ സംഘം പറന്നെത്തി. "ഹിരണ്യക, ഉടനേ പുറത്തുവരൂ. ഞങ്ങളൊരു ആപത്തിൽ പെട്ടുപോയിരിക്കുന്നു. ഞങ്ങളെ രക്ഷിക്കാൻ നിനക്കേ സാധിക്കൂ." ചിത്രഗ്രിവൻ ഉറക്കെ വിളിച്ചു പറഞ്ഞു.

"നീയാരാണ്? എന്തിനിവിടെ വന്നു? നിനക്ക് എന്ത് ആപത്താണ് വന്നുഭവിച്ചത്?" തുടങ്ങിയ ചോദ്യങ്ങളാണ് കോട്ടയ്ക്കകത്ത് നിന്നും പുറത്തേക്ക് വന്നത്. "ഞാൻ നിന്റെ ഉറ്റസുഹൃത്തും പ്രാവുകളുടെ രാജാവുമായ ചിത്രഗ്രിവനാണ്. വേഗം കോട്ടയിൽനിന്നും പുറത്തേക്ക് വരൂ. ഉറ്റ സുഹൃത്തിനെ രക്ഷിക്കേണ്ടത് നിന്റെ കടമയല്ലേ." ചിത്രഗ്രിവൻ മറുപടി നൽകി.

ചിത്രഗ്രിവന്റെ പേരുകേട്ടതും ഹിരണ്യകൻ പുറത്തേക്ക് ഓടി വന്നു. ചിത്രഗ്രിവന്റെയും കൂട്ടരുടെയും അവസ്ഥ കണ്ട് അവൻ അങ്ങേയറ്റം ദുഃഖിതനായി. "ഞങ്ങളുടെ തീറ്റക്കൊതി കൊണ്ടാണ് ഈ ഗതിയുണ്ടായത്. ലഘുപതനകൻ എന്ന കാക്ക ഞങ്ങൾക്ക് മുന്നറിയിപ്പ് നൽകിയിരുന്നതാണ്. എന്നാൽ അത് കേൾ

ക്കാൻ ഞങ്ങളുടെ അത്യാർത്തി അനുവദിച്ചില്ല. ഈ ബന്ധനം എന്റെ വിധിയായിരിക്കാം. നീ എങ്ങനെയും ഈ കുരുക്കിൽ നിന്നും രക്ഷപ്പെടാൻ ഞങ്ങളെ സഹായിക്കണം" ഹിരണ്യകനോട് ചിത്രഗ്രിവൻ അപേക്ഷിച്ചു.

"പ്രകൃതിയുടെ ഓരോ വികൃതികൾ നോക്കൂ. ദൂരെയുള്ള അരിമണി പോലും കണ്ടെത്താൻ നിങ്ങൾക്ക് കഴിവുണ്ട്. എന്നാൽ അതിനെക്കാൾ വലിപ്പമുള്ള കെണി കാണാൻ നിങ്ങൾക്ക് സാധിക്കുന്നില്ല." എന്ന് പറഞ്ഞുകൊണ്ട് ചിത്രഗ്രിവന്റെ കാലിലെ കുരുക്ക് ഹിരണ്യകൻ കടിച്ചുമുറിക്കാൻ തുടങ്ങി.

"എന്റെ കുരുക്കഴിക്കാൻ വരട്ടെ. അതിന് മുമ്പ് എന്റെ അനുചരന്മാരുടെ കെട്ടഴിക്കൂ. എന്നിട്ട് മതി എന്നെ രക്ഷപ്പെടുത്തുന്നത്." ഹിരണ്യകനെ തടഞ്ഞുകൊണ്ട് ചിത്രഗ്രിവൻ പറഞ്ഞു.

"അതുശരിയല്ല. ആദ്യം യജമാനനെ വേണം സ്വതന്ത്രനാക്കാൻ." എന്നായി ഹിരണ്യകൻ.

"ചങ്ങാതീ, ഭൃത്യരാണ് രാജാവിന്റെ ശക്തി. ഭൃത്യരെ മാനിക്കുന്ന രാജാവിനേ ബഹുമാനം ലഭിക്കൂ. ഭൃത്യർക്ക് അർഹമായ ബഹുമാനം ലഭിക്കുമ്പോൾ അവർ സുഖത്തിലും ദുഃഖത്തിലും രാജാവിനോടൊപ്പം നിൽക്കും," എന്ന രാജധർമ്മം ഹിരണ്യകനോട് ചിത്രഗ്രിവൻ വെളിപ്പെടുത്തി.

"ചിത്രഗ്രിവ, നിന്റെ പക്വതയെ ഞാൻ നമിക്കുന്നു. ഭൃത്യരിൽ കാരുണ്യമുള്ളവൻ മൂന്ന് ലോകങ്ങളും ഭരിക്കും. അതാണ് രാജധർമ്മമെന്ന് എനിക്കറിയാം. ഇപ്പോൾ ഞാൻ നിന്നെയൊന്ന് പരീക്ഷിക്കാൻ വേണ്ടി അങ്ങനെ പറഞ്ഞുവെന്നേയുള്ളൂ." സന്തോഷത്തോടെ ഹിരണ്യകൻ മറുപടി നൽകി.

അതിനുശേഷം, തന്റെ കൂട്ടുകാരെ കൂടി വിളിച്ചുചേർത്ത് ഹിരണ്യകൻ ആദ്യം ഭൃത്യരെയും പിന്നീട് ചിത്രഗ്രിവനെയും വലയിൽനിന്നും മോചിപ്പിച്ചു. രണ്ട് സുഹൃത്തുക്കളും പരസ്പരം കെട്ടിപ്പിടിച്ച് സൗഹൃദം പങ്കിട്ടു. പഴയ കഥകൾ പറഞ്ഞ് ഏറെനേരം ഒന്നിച്ച് ചിലവിട്ടശേഷമാണ് ചിത്രഗ്രിവനും പരിവാരങ്ങളും തങ്ങളുടെ രാജ്യത്തേക്ക് മടങ്ങിയത്.

ഇതെല്ലാം കണ്ടുനിന്ന ലഘുപതനകന് ചിത്രഗ്രിവനോടും

ഹിരണ്യകനോടും വലിയ ബഹുമാനം തോന്നി. എങ്ങനെയും ഇരുവരെയും തന്റെ ചങ്ങാതിമാരാക്കണമെന്ന് കാക്ക തീരുമാനിച്ചു. ശത്രുജാതിയിൽപ്പെട്ടവരെങ്കിലും ന്യായവും ബുദ്ധിയും കാത്തുസൂക്ഷിക്കുന്നവരാണ് ഇരുവരും. അവരുടെ സ്നേഹവും പരസ്പര ബഹുമാനവും അപകടത്തിൽ സഹായിക്കാനുള്ള മനസ്സുമാണ് ലഘുപതനകനെ ആകർഷിച്ചത്. അവൻ ഹിരണ്യകനെ തന്ത്രപൂർവ്വം സമീപിച്ച് തന്റെ ഉള്ളിലിരിപ്പ് വ്യക്തമാക്കി. ഏറെ നേരത്തെ സംഭാഷണത്തിനൊടുവിൽ ലഘുപതനകൻ ബുദ്ധിയും ആത്മാർത്ഥതയും ഉള്ളവനാണെന്ന് ഹിരണ്യകനും ബോദ്ധ്യമായി. അങ്ങനെ ആത്മാർത്ഥ സുഹൃത്തുക്കളായി, അന്യോന്യം ഉപകാരങ്ങൾ ചെയ്ത് വളരെക്കാലം മൂവരും സുഖമായി ജീവിച്ചു.

കാക്കയും മൂങ്ങയും

യുദ്ധത്തിൽ ശത്രുവാര്, മിത്രമാര് എന്ന് തിരിച്ചറിയുന്നതിന് വിവേകം ആവശ്യമാണ്. ഇല്ലെങ്കിൽ കാക്കകളും മൂങ്ങകളും തമ്മിലുള്ള യുദ്ധത്തിൽ സംഭവിച്ചതുപോലെ നമുക്കും സംഭവിച്ചേക്കാം. ആ കഥയൊന്ന് ശ്രദ്ധിച്ചാലോ?

പുരാതന നഗരമായ മഹിളാരോപ്യത്തിനടുത്താണ് ഈ കഥ നടക്കുന്നത്. അവിടെ വൻവൃക്ഷങ്ങൾ തിങ്ങിനിറഞ്ഞ ഒരു കൊടുംകാടുണ്ടായിരുന്നു. വൃക്ഷങ്ങൾ വള്ളിക്കെട്ടുകൊണ്ട് മൂടപ്പെട്ട കോട്ടകൾ പോലെയായിരുന്നു. നാനാജാതിയിൽപ്പെട്ട പക്ഷികളും മൃഗങ്ങളും അവിടെ സസുഖം വാണിരുന്നു. കാടിന്റെ ഒത്ത നടുവിലുള്ള ഒരു പേരാൽ മരത്തിലായിരുന്നു കാക്കകളുടെ രാജാവായ മേഘവർണനൻ താമസിച്ചിരുന്നത്. ഒപ്പം നിരവധി ഭൃത്യന്മാരും. അതിനടുത്തായി മൂങ്ങകളുടെ രാജാവായ അരിമർദ്ദനൻ തന്റെ സാമ്രാജ്യം സ്ഥാപിച്ചിരുന്നു. വലിയൊരു സൈന്യം അരിമർദ്ദനന്റെ കീഴിലുണ്ടായിരുന്നു.

കാക്കകളും മൂങ്ങകളും എല്ലാക്കാലത്തും ബദ്ധവൈരികളായിരുന്നു. മൂങ്ങകൾക്ക് രാത്രിയിൽ മാത്രമേ കണ്ണ് കാണാൻ സാധിക്കു. പകൽ അവയ്ക്ക് തീരെ കാഴ്ചയുണ്ടാവില്ല. അരിമർദ്ദനൻ ദിവസവും രാത്രി കാക്കകൾ താമസിക്കുന്ന പേരാലിനടുത്തെത്തി കൈയിൽ കിട്ടുന്ന കാക്കകളെയൊക്കെ കൊന്നൊടു

ക്കും. ഇങ്ങനെ കുറെ നാൾ തുടർന്നപ്പോൾ മേഘവർണ്ണന്റെ ഭൃത്യരുടെ എണ്ണം ഗണ്യമായി കുറഞ്ഞു. ഇങ്ങനെ പോയാൽ തന്റെ വംശവും കോട്ടയും ഇല്ലാതാവുമെന്ന് മേഘവർണൻ ആശങ്കപ്പെട്ടു.

അദ്ദേഹം മന്ത്രിമാരുടെ യോഗം വിളിച്ചുകൂട്ടി. വംശനാശം വരെ സംഭവിക്കാവുന്ന പ്രതിസന്ധിക്ക് എങ്ങനെ ഒരു പരിഹാരം കണ്ടെത്താനാവുമെന്ന് അവർ കൂടിയാലോചന നടത്തി.

"നമ്മുടെ ശത്രു അതി കൗശലക്കാരനാണ്. അവൻ നമ്മെ രാത്രി മാത്രമേ ആക്രമിക്കുന്നുള്ളു. രാത്രി നമുക്ക് കണ്ണുകാണില്ല എന്നതിനാൽത്തന്നെ തിരിച്ച് ആക്രമിക്കാനും നമുക്ക് സാധിക്കുന്നില്ല. എത്രയും പെട്ടെന്ന് ഇതിനൊരു പരിഹാരം കണ്ടില്ലെങ്കിൽ നമ്മുടെ രാജ്യം തന്നെ ഇല്ലാതാവും." മേഘവർണ്ണൻ മന്ത്രിമാരോട് പറഞ്ഞു.

മൂങ്ങകളെ പകൽ ആക്രമിച്ച് കീഴടക്കാം തുടങ്ങിയ ചില നിർദ്ദേശങ്ങൾ യോഗത്തിൽ ഉയർന്നുവന്നു. എന്നാൽ ക്രിയാത്മകമായ നിർദ്ദേശങ്ങളൊന്നും പൊന്തിവരാതിരുന്നപ്പോൾ ഓരോരുത്തരായി തങ്ങളുടെ അഭിപ്രായം രേഖപ്പെടുത്താൻ രാജാവ് ആവശ്യപ്പെട്ടു. അതനുസരിച്ച് മന്ത്രിമാരിൽ ഒന്നാമനായ ഉജ്ജീവിയാണ് തന്റെ അഭിപ്രായം ആദ്യം രേഖപ്പെടുത്തിയത്.

"അല്ലയോ രാജാവേ, മൂങ്ങകൾ സൈനികമായി നമ്മളെക്കാൾ ശക്തരാണ്. ശക്തരോട് യുദ്ധം ചെയ്യുന്നത് ബുദ്ധിയല്ല. അവരോട് സന്ധി ചെയ്യുകയാണ് വേണ്ടത്. മൂങ്ങകളുമായി നമുക്ക് സഖ്യമുണ്ടെന്നറിഞ്ഞാൽ മറ്റ് ശത്രുക്കളും നമ്മെ ഭയക്കും. മാത്രമല്ല, ഒരു യുദ്ധം നടത്തുകയാണെങ്കിൽ അതിൽനിന്നും നമുക്ക് എന്തെങ്കിലും നേട്ടം ലഭിക്കണം. മൂങ്ങകളുമായി യുദ്ധം ചെയ്തിട്ട് നമുക്കൊന്നും നേടാനില്ല. അതുകൊണ്ട് അവരുമായി സഖ്യത്തിലേർപ്പെടാനാണ് നമ്മൾ ശ്രമിക്കേണ്ടത്. അതിനായി അവരുടെ ചില ആവശ്യങ്ങൾക്ക് വഴങ്ങിക്കൊടുക്കുന്നതിൽ പോലും തെറ്റില്ല എന്നാണ് അടിയന്റെ അഭിപ്രായം" എന്നയാൾ പറഞ്ഞു.

എന്നാൽ, "ദുഷ്ടനും അധർമ്മിയുമായ ഒരുവനുമായി സന്ധി

ചെയ്യുന്നത് രാജാക്കന്മാർക്ക് ചേർന്നതല്ല. ബലം കൊണ്ട് നേടാൻ കഴിയാത്തത് ബുദ്ധി കൊണ്ട് നേടാൻ സാധിക്കും. അതുവഴി ദുർബ്ബലന് ശക്തനെ മറികടക്കാൻ സാധിക്കും," എന്ന അഭിപ്രായമാണ് രണ്ടാമത്തെ മന്ത്രിയായ സഞ്ജീവി രേഖപ്പെടുത്തിയത്.

"മഹാരാജാവേ, പണ്ട് ധർമ്മപുത്രർ ചെയ്തതുപോലെ നാടുവിട്ടു പോവുക മാത്രമാണ് നമ്മുടെ വംശത്തെ രക്ഷിക്കാൻ ഇപ്പോൾ കരണീയമായിട്ടുള്ളത്. എന്നിട്ട് നമ്മൾ ശക്തിസംഭരിച്ച് അവസരം പാർത്തിരിക്കുക. അവസരം ലഭിക്കുമ്പോൾ തിരികെ വന്ന് ശത്രുവിനെ ആക്രമിച്ച് കീഴടക്കുന്നതായിരിക്കും ഏറ്റവും നല്ല മാർഗ്ഗം. മര്യാദയില്ലാത്തവനെ ആക്രമിക്കാതെ വിടുന്നത് നമുക്ക് നല്ലതേ വരുത്തൂ," എന്ന ഉപദേശമാണ് മൂന്നാമത്തെ മന്ത്രിയായ അനുജീവി നൽകിയത്.

എന്നാൽ, ഈ മൂന്ന് അഭിപ്രായങ്ങളും ഉചിതമല്ലെന്ന് നാലാമത്തെ മന്ത്രിയായ പ്രജീവി പറഞ്ഞു. സ്വന്തം സ്ഥാനം വിട്ട് മറ്റെങ്ങോട്ടെങ്കിലും പോയാൽ ബന്ധുക്കൾ പോലും വിലമതിക്കില്ല. വെള്ളത്തിൽനിന്നും പുറത്ത് കടന്നാൽ മത്സ്യത്തിന് എന്ത് ശക്തിയാണുള്ളതെന്ന് ആലോചിക്കേണ്ടതുണ്ടെന്ന് അദ്ദേഹം പറഞ്ഞു. "അതുകൊണ്ട് നമ്മുടെ കോട്ട കൂടുതൽ ബലവത്താക്കി സംരക്ഷിക്കുകയാണ് ഇപ്പോഴത്തെ സാഹചര്യത്തിൽ ഏറ്റവും ഉചിതം." പ്രജീവി അഭിപ്രായപ്പെട്ടു.

"അല്ലയോ രാജൻ, ഇപ്പോൾ ശക്തനും സമർത്ഥനുമായ മറ്റൊരു രാജാവിനെ കൂട്ടുപിടിക്കുന്നതാണ് ഏറ്റവും നല്ലത്. കാറ്റിന്റെ സഹായമുണ്ടെങ്കിൽ മാത്രമേ തീ ആളിക്കത്തുകയുള്ളു. അതുപോലെ നമ്മൾ ഇപ്പോൾ ഒരു സഹായം തേടണം. സഹായികൾ ഉണ്ടെങ്കിൽ നമുക്ക് മൂങ്ങകളെ തോൽപ്പിക്കാൻ സാധിക്കും," എന്ന് ചിരംജീവി എന്ന മന്ത്രി ചൂണ്ടിക്കാട്ടി.

ഇത്രയുമായപ്പോൾ മേഘവർണൻ കൂട്ടത്തിൽ ഏറ്റവും മുതിർന്ന സ്ഥിരജീവിയോട് അഭിപ്രായം ആരാഞ്ഞു.

"രാജൻ, ഇവർ പറഞ്ഞത് നീതിശാസ്ത്രമനുസരിച്ചുള്ള പ്രതിവിധികളാണ്. ഇവിടെ പക്ഷേ, പ്രായോഗികമായ തന്ത്രങ്ങളാണ് പ്രയോഗിക്കേണ്ടത് എന്നാണ് അടിയന് തോന്നുന്നത്. സ്

നേഹം ഭാവിച്ച് ശത്രുവിന്റെ വിശ്വാസം പിടിച്ചുപറ്റുകയും അവസരം വരുമ്പോൾ അവനെ നശിപ്പിക്കുകയും ചെയ്യുന്നതായിരിക്കും ഏറ്റവും ഉചിതം. വിശ്വസ്തരായ ചാരന്മാരുടെയും ഭൃത്യന്മാരുടെയും സേവനമാണ് ഈ ഘട്ടത്തിൽ നമുക്ക് അടിയന്തരമായി വേണ്ടത്. അവരെ വേഷം മാറ്റി ശത്രുപാളയത്തിലേക്കയച്ച് രഹസ്യങ്ങൾ ചോർത്തുക. ഞാൻ വൃദ്ധനാണ്. എനിക്കിനി അധികകാലമില്ല. അതിനാൽ എനിക്ക് എന്ത് സംഭവിച്ചാലും വലിയ നഷ്ടവും വരാനില്ല. അതിനാൽ അങ്ങ് അനുവദിക്കുകയാണെങ്കിൽ ശത്രുവിനെ ചതിച്ച് അവനെ നശിപ്പിക്കുന്നതിനായി പോകാൻ ഞാൻ തയ്യാറാണ്." സ്ഥിരജീവി പറഞ്ഞു.

ഏറെനേരം നീണ്ട കൂടിയാലോചനകൾക്കുശേഷം രാജാവും സഹമന്ത്രിമാരും സ്ഥിരജീവിയുടെ ആവശ്യം അംഗീകരിച്ചു.

"ഇവിടെ ചതുരുപായങ്ങളാണ് വേണ്ടത്. എന്നെ നിങ്ങൾ കഠിനമായി ഉപദ്രവിക്കുകയും മുറിവേൽപ്പിക്കുകയും ചെയ്യണം. മൂങ്ങകൾ കേൾക്കുന്ന രീതിയിൽ ഉറക്കെ ശകാരിക്കണം. എന്റെ ശരീരം മുഴുവൻ രക്തം പുരണ്ടു എന്നുറപ്പാക്കണം. ബാക്കി ക്കാര്യം ഞാൻ ഏറ്റു." മറ്റു മന്ത്രിമാരോട് സ്ഥിരജീവി ആവശ്യപ്പെട്ടു.

അതുപ്രകാരം, സ്ഥിരജീവിയെ മേഘവർണ്ണൻ ഉച്ചത്തിൽ ശകാരിക്കുകയും മറ്റ് മന്ത്രിമാർ അയാളെ ആക്രമിക്കുകയും ചെയ്തു. കാക്കക്കൂട്ടിലെ ബഹളം മൂങ്ങകൾ കേൾക്കുന്നുണ്ടായിരുന്നു. ചോരയൊലിക്കുന്ന ശരീരവുമായി സ്ഥിരജീവി നേരെ പോയത് മൂങ്ങകളുടെ അടുത്തേക്കാണ്. അരിമർദ്ദനനെ കാണണമെന്ന് മറ്റ് മൂങ്ങകളോട് അയാൾ ആവശ്യപ്പെട്ടു. അങ്ങനെ സ്ഥിരജീവിയെ മറ്റ് മൂങ്ങകൾ അരിമർദ്ദനന്റെ മുന്നിൽ ഹാജരാക്കി. "അല്ലയോ മൂങ്ങകളുടെ രാജാവേ, അങ്ങ് കാകവംശത്തിന്റെ ശത്രുവാണ് എന്നെനിക്കറിയാം. എന്നാൽ അങ്ങയുടെ ശക്തിയെ ആർക്കും അവഗണിക്കാനാവില്ല. അങ്ങയെ ഈ ലോകത്ത് ആർക്കും തോൽപ്പിക്കാനാവില്ല എന്ന എന്റെ അഭിപ്രായം രേഖപ്പെടുത്തിയതിനാണ് എന്റെ വർഗ്ഗക്കാർ എന്നെ മർദ്ദിച്ച് ഈ പരുവത്തിലാക്കിയത്. അങ്ങയുടെ ആരാധകനായ എനിക്കിനി

കാക്കകളുടെ അടുത്തേക്ക് മടങ്ങാനാവില്ല. അതിനാൽ അങ്ങെനിക്ക് അഭയം തരണം. എന്നാൽ കഴിയും വിധത്തിൽ അങ്ങയെ സേവിക്കാൻ ഞാൻ തയ്യാറാണ്." സ്ഥിരജീവിയുടെ വെളിപ്പെടുത്തൽ അരിമർദ്ദനൻ പൂർണമായും വിശ്വസിച്ചു. സ്ഥിരജീവിക്ക് അഭയം നൽകാനും കൊട്ടരവാതിൽക്കൽ താമസിപ്പിക്കാനും മൂങ്ങകളുടെ രാജാവ് ഉത്തരവിട്ടു. എന്നാൽ ഈ തീരുമാനം രക്താർക്കൻ എന്ന മന്ത്രിക്കും മറ്റ് ചില അനുചരർക്കും തീരെ ഇഷ്ടപ്പെട്ടില്ല.

അവർ രാജാവിന്റെ തീരുമാനത്തിൽ പ്രതിഷേധിച്ചുകൊണ്ട് കൊട്ടാരം വിട്ട് വേറെ ഇടം തേടിപ്പോവുകയും ചെയ്തു. രക്താർക്കനും സംഘവും പോയതോടെ മൂങ്ങകളുടെ കൂട്ടത്തിൽ യുക്തിയും ബുദ്ധിയുമുള്ളവർ ചുരുക്കം മാത്രമായി. ഇതിനിടയിൽ തനിക്ക് സ്വന്തമായി ഒരു കൂടുണ്ടാക്കാനെന്ന വ്യാജേന മൂങ്ങകൾ പകലുറങ്ങുമ്പോൾ സ്ഥിരജീവി ധാരാളം ചുള്ളിക്കമ്പുകൾ ശേഖരിച്ചു പോന്നു. ഇത് കൊട്ടാരവാതിൽക്കൽ തന്നെ കൂട്ടിയിടുകയും ചെയ്തു. ആവശ്യത്തിന് ചുള്ളിക്കമ്പുകളായി എന്ന് മനസ്സിലായപ്പോൾ, "നാളെ പകൽ മൂങ്ങകൾ ഉറങ്ങിക്കഴിയുമ്പോൾ അവരുടെ കൊട്ടാരം ആക്രമിക്കണം," എന്ന സന്ദേശം മേഘവർണന് സ്ഥിരജീവി എത്തിച്ച് നൽകി.

അതനുസരിച്ച് പിറ്റേന്ന് പ്രഭാതത്തിൽ മൂങ്ങകളെല്ലാം കൂട്ടിൽ കയറി ഉറക്കമായി എന്ന് ഉറപ്പായപ്പോൾ, കാക്കകൾ കൂട്ടമായി ശത്രുവിന്റെ കൊട്ടാരത്തിലെത്തി. അവർ എത്തിയയുടൻ ചുള്ളികൾ കൂട്ടിയിട്ട് അതിന് തീകൊളുത്താൻ മറ്റു കാക്കകളോട് സ്ഥിരജീവി ആവശ്യപ്പെട്ടു. ആളിക്കത്തിയ തീയിൽനിന്നും രക്ഷപ്പെടാൻ ഉറങ്ങിക്കിടന്ന മൂങ്ങകൾക്കായില്ല. അങ്ങനെ ബുദ്ധിയുപയോഗിച്ച് ശക്തനായ പ്രതിയോഗിയെ സ്ഥിരജീവിയും സംഘവും കീഴടക്കി.

അത്യാഗ്രഹി

ഒരു നഗരത്തിൽ കടുത്ത പട്ടിണി അനുഭവിച്ചിരുന്ന ഒരു ബ്രാഹ്മണൻ ഉണ്ടായിരുന്നു. സ്വഭാവകൃഷ്ണൻ എന്നായിരുന്നു അയാളുടെ പേര്. അയാൾ എന്നും ഭിക്ഷ യാചിക്കുന്നതിനായി പുറത്ത് പോകും. ദാനം കിട്ടുന്ന അരിപ്പൊടിയിൽനിന്ന് അല്പം മാത്രം ഭക്ഷണത്തിന് എടുക്കും. ബാക്കി ഒരു കുടത്തിലാക്കി സൂക്ഷിച്ചുവയ്ക്കും. കട്ടിലിന് അടുത്താണ് കുടം വയ്ക്കുക. എപ്പോഴും കുടം നോക്കിയിരുന്ന് സ്വപ്നം കാണുക എന്നതാണ് സ്വഭാവകൃഷ്ണന്റെ പ്രധാന വിനോദം.

ഒരുദിവസം യാത്രാക്ഷീണത്താൽ ഉറങ്ങാൻ കിടന്നിട്ടും അദ്ദേഹത്തിന് ഉറക്കം വന്നില്ല. തിരിഞ്ഞും മറിഞ്ഞും കിടന്നു. ആ സമയം അയാളുടെ കണ്ണുകൾ അടുത്ത് തൂക്കിയിട്ടിരുന്ന അരിപ്പൊടി കുടത്തിൽ ഉടക്കി. അയാൾ ആലോചിച്ചു.

"ഹാ... ഇപ്പോൾ ഈ കുടം നിറയെ അരിപ്പൊടിയുണ്ട്. ഇനിയൊരു മൂന്ന് വർഷം മഴ ഉണ്ടായില്ലെങ്കിലത്തെ സ്ഥിതിയൊന്ന് ആലോചിച്ച് നോക്ക്. ഹൊ! സാധനങ്ങൾക്കെല്ലാം തീ പിടിച്ച വിലയാകും. ഈ അരിപ്പൊടി അന്ന് വിറ്റാൽ ഒരു നൂറ് വെള്ളി നാണയം എങ്കിലും കിട്ടും. ആ പണം ഞാൻ വെറുതേ പാഴാക്കി ക്കളയില്ല. മുഴുവൻ പണവും കൊടുത്ത് രണ്ട് ആടുകളെ വാങ്ങും.

ആറുമാസം കൂടുമ്പോൾ ഈ ആടുകൾ വീണ്ടും പ്രസവിക്കും. അങ്ങനെ കുറേ വർഷങ്ങൾക്കൊണ്ട് എനിക്കൊരു ആട്ടിൻ പറ്റമുണ്ടാകും. ഹൊ ആടുകളുടെ കരച്ചിൽ ചിലപ്പോൾ ശല്യമാകും. അങ്ങനെയാണെങ്കിൽ അതുങ്ങളെ വിറ്റ് കുറച്ച് പശുക്കളെ വാങ്ങണം. അവയുടെ പാൽ വിറ്റ് കുറേക്കൂടി പണം സമ്പാദിക്കാം. ശ്ശ്ലാ, ഇവയുടെ കരച്ചിലും സ്വൈര്യം തരുന്നില്ലല്ലോ. ഈ പശുക്കളെ വിറ്റ് കുതിരകളെ വളർത്താം. കുതിരകൾ പെരുകുമ്പോൾ അവയെ വിറ്റാൽ ധാരാളം പണം കിട്ടും. അതുകൊണ്ട് ഒരു നാലുകെട്ട് പണിയണം. ആ വീട്ടിൽ എല്ലാ സൗകര്യങ്ങളും ഉണ്ടാകണം. എന്നിട്ട് വേണം നല്ലൊരു പെണ്ണിനെ കണ്ടെത്തി വേളി കഴിക്കാൻ. ഞങ്ങൾക്ക് നല്ലൊരു ഉണ്ണി ആകും ആദ്യം പിറക്കുക.. അവന് സോമശർമ്മ എന്ന പേരാണ് നല്ലത്. വെറുതേ ഇരുന്ന് സമയം കളയാതെ പഠനവും എഴുത്തും തുടങ്ങണം. കുതിരപ്പന്തിയുടെ പുറകിൽ തുറസ്സായ സ്ഥലവും നല്ല ഒരു മരവും ഉണ്ട്. അതിന്റെ ചുവട്ടിൽ ഇരുന്ന് വായിക്കാൻ പറ്റിയ സ്ഥലമാണ്. അങ്ങനെ വായിച്ചോണ്ട് ഇരിക്കുമ്പോൾ ഉണ്ണിയുണ്ട് മുട്ടേലിഴഞ്ഞ് കുതിരപ്പന്തിക്കുള്ളിൽ കൂടി വരുന്നു. കുതിരകളുടെ ചിനപ്പ് കേട്ടാണ് തിരിഞ്ഞു നോക്കിയത്. ശോ കുതിരയെങ്ങാനും തൊഴിച്ചാലോ ഓർക്കാൻ കഴിയുന്നില്ല. ഞാൻ ഭാര്യയെ വിളിച്ചു പറഞ്ഞു, ഓടിവന്ന് കുഞ്ഞിനെ എടുക്കാൻ. എത്ര വിളിച്ചിട്ടും അവൾ മറുപടി പറഞ്ഞില്ല. എനിക്ക് ദേഷ്യം സഹിക്കവയ്യാതെയായി. എഴുന്നേറ്റ് കുഞ്ഞിനെ എടുത്ത് നേരെ അടുക്കളയിൽ ചെന്നപ്പോൾ ഒന്നും അറിയാത്ത മട്ടിലിരുന്ന് അവൾ ജോലി ചെയ്യുന്നു. സഹികെട്ട് ഞാനൊരു ചവിട്ട് കൊടുത്തു."

ചവിട്ട് കൊണ്ടത് ബ്രാഹ്മണൻ അരിപ്പൊടി സൂക്ഷിച്ച് വച്ചിരുന്ന പാത്രത്തിലാണ്. പൊടിയെല്ലാം വീണ് ബ്രാഹ്മണൻ ദേഹം മുഴുവൻ വെളുത്ത ചായം തേച്ചതുപോലെയായി. അപ്പോഴാണ് അയാൾ താൻ ദിവാസ്വപ്നം കാണുകയാണ് എന്ന്

തിരിച്ചറിഞ്ഞത്. എല്ലാ സ്വപ്നവും കെട്ടിപ്പൊക്കിയത് ഈ കുടത്തിലെ അരിപ്പൊടിയിൽ ആണല്ലോ... എല്ലാം നഷ്ടപ്പെട്ടു, ഇനിയെന്ത് ചെയ്യും എന്നാലോചിച്ച് പാവം സങ്കടപ്പെട്ടു. ഇപ്പോൾ മനസ്സിലായോ നടക്കാത്ത കാര്യങ്ങൾക്കായി സ്വപ്നം കാണരുതെന്ന്.

വാനരത്തലവന്റെ പ്രതികാരം

ഭാവിയെക്കുറിച്ച് ആലോചിക്കാതെ അതിമോഹംകൊണ്ട് പ്രവർത്തിക്കുന്നവർക്ക് ആപത്ത് പിണയും. അങ്ങനെയുള്ളവർ ചന്ദ്രരാജാവിനെപ്പോലെ ദുഃഖിക്കേണ്ടിയും വരും. ചന്ദ്രരാജാവ് ആരാണെന്ന് അറിയാമോ? വലിയൊരു പട്ടണത്തിലെ രാജാവായിരുന്നു. അദ്ദേഹത്തിനും മക്കൾക്കും കുരങ്ങന്മാരെ വലിയ കാര്യവുമായിരുന്നു. ഒരു വലിയ വാനരക്കൂട്ടം കൊട്ടാരത്തിൽ ഉണ്ടായിരുന്നു.

വളരെ അറിവുള്ള ആളായിരുന്നു വാനരത്തലവൻ. രാജകുമാരന്മാർക്ക് കളിക്കാനായി ഒരു ആട്ടിൻകൂട്ടത്തേയും രാജധാനിയിൽ പോറ്റിയിരുന്നു. ആ കൂട്ടത്തിൽ ഒരു ആട് മഹാവികൃതി ആയിരുന്നു. കണ്ണിൽ കണ്ടതെല്ലാം കട്ടുതിന്നും. അപ്പോൾ വേലക്കാർ കൈയിൽ കിട്ടിയതുകൊണ്ട് അതിനെ അടിക്കും. ചിലപ്പോൾ തീക്കൊള്ളികൊണ്ട് എറിയും. ആടിന്റെ ദേഹം മുഴുവൻ രോമമായതുകൊണ്ട് അത് കത്താനിടയുണ്ടെന്ന് വാനരത്തലവന് തോന്നി. അവൻ ആലോചിച്ചു.

“ആടിന്റെ ദേഹത്തെങ്ങാനും തീപ്പൊള്ളലേറ്റാൽ അത് നേരെ കുതിരപ്പന്തിയിലേക്കാകും ഓടുക. അവിടെ ധാരാളം ഉണക്കപ്പുല്ല് ഉള്ളതുകൊണ്ട് അവിടം കത്തിനശിക്കും. അങ്ങനെ വന്നാൽ കുതിരകൾക്ക് പൊള്ളലേൽക്കും. കുതിരകളുടെ

പൊള്ളലിന് കുരങ്ങന്റെ മജ്ജയാണ് മരുന്ന് എന്ന് കേട്ടിട്ടുണ്ട്. എങ്കിൽ മരുന്നിനായി അവർ കുരങ്ങന്മാരെ പിടികൂടാൻ ഇടയുണ്ട്. ഏതായാലും ഇത് നാശത്തിനാണ്."

അതുകൊണ്ട് അവൻ കുരങ്ങന്മാരോടായി പറഞ്ഞു, "കലഹമുണ്ടാക്കുന്ന വീട് അപകടം ക്ഷണിച്ചുവരുത്തും. ആ ഭവനം ഉപേക്ഷിച്ച് പോകണം എന്നാണ് വിവേകികൾ പറയുന്നത്. കാരണം കൂടാതെ വഴക്കുണ്ടാക്കുന്ന വീട് വിട്ടുപോയില്ലെങ്കിൽ നമുക്ക് നാശം ഉറപ്പാണ്. നോക്കൂ നമുക്ക് കാട്ടിലേക്ക് പോകുകയാണ് നല്ലത്."

"അങ്ങേർക്ക് വയസ്സായതിന്റെ കുഴപ്പമാണ്. തലയ്ക്കകത്ത് ഒന്നുമില്ല. ഈ നല്ല ഭക്ഷണം ഉപേക്ഷിച്ച് കാട്ടിൽ പോകാനോ? വെറും പഴങ്ങൾ മാത്രം കഴിച്ച് ജീവിക്കാൻ എനിക്കാകില്ല," എന്നായി യുവതലമുറയിൽപെട്ട ഒരു കുരങ്ങൻ.

"ഞാൻ ഏതായാലും ഇവിടം വിടുകയാണ്. നിങ്ങൾ ഇന്ന് കഴിക്കുന്ന പഴങ്ങൾ നാളെ വിഷമായി മാറും. അത് കഴിച്ചുള്ള എന്റെ ബന്ധുക്കളുടെ നാശം കാണാൻ എനിക്ക് ശക്തിയില്ല. മക്കളേ എനിക്ക് യാത്രാമംഗളം നേർന്നുകൊള്ളൂ," എന്ന് പറഞ്ഞ് വാനരത്തലവൻ കാട്ടിലേക്ക് യാത്രയായി.

പക്ഷേ, സംഭവിച്ചതെല്ലാം വാനരത്തലവൻ പറഞ്ഞപടി തന്നെ. ആട് കട്ടുതിന്നാനായി അടുക്കളയിൽ കയറി. ആളുകൾ അവനെ തീക്കൊള്ളികൊണ്ട് അടിച്ചു. തീ പിടിച്ച രോമവുമായി അവൻ നേരെ കുതിരപ്പന്തിയിൽ പാഞ്ഞുകയറി. വയ്ക്കോലിന് തീപിടിച്ച് കുതിരപ്പന്തി കത്തിനശിച്ചു. കുതിരകൾ തീപ്പൊള്ളലേറ്റ് അങ്ങും ഇങ്ങും പാഞ്ഞു.

പിറ്റേന്ന് രാജാവ് പൊള്ളലേറ്റ കുതിരകളെക്കണ്ട് സങ്കടപ്പെട്ടു. അദ്ദേഹം ഉടൻതന്നെ കുതിരയെ ചികിത്സിക്കുന്നതിൽ നിപുണനായ ഒരു വൈദ്യനെ വിളിച്ചുവരുത്തി. "എന്റെ കുതിരകളെ തീപ്പൊള്ളലിൽനിന്ന് രക്ഷിക്കാൻ മരുന്നുകൾ ഒന്നുമില്ലേ? എന്താ വൈദ്യരേ നിങ്ങൾ ഒന്നും മിണ്ടാത്തത്?"

"അങ്ങ് എന്നോട് കോപിക്കരുത്. കുരങ്ങന്മാരുടെ മജ്ജയാണ് ഔഷധം. ഒരു നേരം മാത്രം പുരട്ടിയാൽ മതി തീപ്പൊള്ളൽ

മാറും." കുരങ്ങന്മാരോടുള്ള രാജാവിന്റെ ഇഷ്ടം അറിയാവുന്ന വൈദ്യൻ മനസ്സില്ലാമനസ്സോടെ പറഞ്ഞു. എന്നാൽ വൈദ്യൻ പ്രതീക്ഷിച്ചത് പോലെയുള്ള ഒരു പ്രതികരണമല്ല രാജാവിൽ നിന്നും ഉണ്ടായത്. കുതിരകളെ രക്ഷിക്കുകയാണ് സൈന്യത്തിനും അതുവഴി രാജ്യത്തിനും പ്രധാനം എന്ന് അദ്ദേഹം തിരിച്ചറിഞ്ഞു.

"ആരവിടെ! നമ്മുടെ കൊട്ടാരത്തിലുള്ള സകലകുരങ്ങന്മാരെയും കൊന്ന് അവയുടെ മജ്ജ ശേഖരിക്കൂ. ഉം വേഗമാകട്ടെ," എന്നദ്ദേഹം കൽപ്പിച്ചു. അങ്ങനെ കൊട്ടാരത്തിലെ മുഴുവൻ കുരങ്ങുകളെയും കൊന്ന് വൈദ്യൻ കുതിരകളുടെ രോഗം ഭേദമാക്കി. ഇതറിഞ്ഞ വാനരത്തലവൻ വളരെ ദുഃഖിച്ചു. "പ്രായത്തിന്റെ പക്വതക്കുറവാണ് അവർക്ക് സംഭവിച്ച ദുരന്തത്തിന്റെ കാരണം. അതുമൂലം എന്റെ മക്കളും കൊച്ചുമക്കളുമെല്ലാം മരിച്ചു. ഇല്ല, ഇത് സഹിക്കാനാകില്ല. ഇതിന് പ്രതികാരം ചെയ്യേണ്ടത് പുരുഷധർമ്മമാണ്," എന്ന് വൃദ്ധവാനരൻ ചിന്തിച്ചു.

അങ്ങനെയിരിക്കെ വാനരത്തലവൻ വെള്ളം കുടിക്കാനായി ഒരു പൊയ്കയിലേക്ക് ചെന്നു. ബുദ്ധിമാനായ അദ്ദേഹം ഒരു കാര്യം ശ്രദ്ധിച്ചു. പൊയ്കയിലെക്ക് വെള്ളം കുടിക്കാനായി നിരവധി മൃഗങ്ങൾ കടന്നുപോയിട്ടുണ്ട്. പക്ഷേ, മടങ്ങിപ്പോയതിന്റെ കാൽപ്പാടുകൾ കാണാനേ ഇല്ല. ഇതിലെന്തോ പന്തികേടുണ്ട്. അതുകൊണ്ട് പൊയ്കയിൽ ഇറങ്ങാതെ താമരത്തണ്ടിലൂടെ വെള്ളം വലിച്ച് കുടിക്കാൻ തുടങ്ങി. പെട്ടെന്ന് വെള്ളത്തിൽനിന്ന് ഒരു രാക്ഷസൻ പുറത്ത് വന്നു. ആരും കൊതിക്കുന്നൊരു രത്നമാല രാക്ഷസൻ ധരിച്ചിരുന്നു. "എടോ വാനരാ.... നിന്റെ ബുദ്ധിശക്തിയിൽ എനിക്ക് സന്തോഷം തോന്നുന്നു. ഇവിടെ ഇറങ്ങി വെള്ളം കുടിക്കുന്നവരെ തിന്നണം എന്നാണ് വിധി. എന്നാൽ നീ സൂത്രം പ്രയോഗിച്ച് രക്ഷപ്പെട്ടല്ലോ... നിനക്ക് എന്ത് വരവും ചോദിക്കാം. ഞാനത് ചെയ്ത് തരാം." എന്ന് രാക്ഷസൻ പറഞ്ഞു.

"അങ്ങേയ്ക്ക് എത്രപേരെ തിന്നാൻ കഴിയും? വെള്ളത്തിലിറങ്ങുന്ന മുഴുവൻ പേരെയും ഞാൻ തിന്നും."

"ഓ... ഒരു സൈന്യത്തെ മുഴുവൻ തിന്നുതീർക്കാമോ?"

"ആയിരമോ പതിനായിരമോ ആയാലും എനിക്കതിന് കഴിയും."

"എങ്കിൽ എനിക്കൊരു സഹായം വേണം. എന്റെ കുലത്തെ മുഴുവൻ നശിപ്പിച്ച ഒരു രാജാവിനേയും പരിവാരങ്ങളേയും കൊല്ലണം. ആ രത്നമാല എനിക്ക് തന്നാൽ രാജാവിനെ ഞാൻ ഈ പൊയ്കയിൽ എത്തിക്കാം."

"ചങ്ങാതി നിന്റെ ഇഷ്ടം നടക്കട്ടെ, ഇതാ രത്നമാല."

അങ്ങനെ മാലയുമായി കുരങ്ങൻ കൊട്ടാരത്തിലെത്തി. മാല കണ്ട് രാജാവ് അമ്പരന്നു. മാല എവിടുന്നു കിട്ടിയെന്ന് രാജാവ് അന്വേഷിച്ചു.

"പ്രഭോ കാട്ടിൽ കുബേരന്റെ കുളമുണ്ട്. ആ കുളത്തിൽ ഇറങ്ങിയാൽ എണ്ണിയാലൊടുങ്ങാത്ത വജ്രമാലകളും രത് നങ്ങളും കൈവശം വന്നു ചേരും. പ്രഭാതത്തിൽ പൊയ്കയിൽ ഇറങ്ങി മുങ്ങിയാൽ കഴുത്തിലൊരു രത്നമാല ഉണ്ടാകും." കു രങ്ങൻ രാജാവിനോട് ബോധിപ്പിച്ചു.

"രത്നമാല കിട്ടുമെങ്കിൽ എല്ലാ പരിവാരങ്ങളുമായി ഞാനാ പൊയ്കയിൽ എത്താം. ധാരാളം രത്നമാലകൾ ലഭിക്കുമല്ലോ അല്ലേ?" എന്ന് ആർത്തിപൂണ്ട രാജാവ് ചോദിച്ചു.

"തീർച്ചയായും പ്രഭോ."

അങ്ങനെ രാജാവ് എല്ലാ പരിവാരങ്ങളോടുമൊപ്പം വാനരത്തലവനുമായി പൊയ്കയിലേക്ക് യാത്രയായി. നേരം വെളുത്ത് തുടങ്ങുന്നതിന് മുൻപ് തന്നെ പൊയ്കയ്ക്കരുകിൽ അവരെത്തി. വാനരൻ പറഞ്ഞു. "പ്രഭോ... സൂര്യൻ പകുതി ഉദിക്കുമ്പോഴാണ് പൊയ്കയിൽ ഇറങ്ങേണ്ടത്. അതുകൊണ്ട് എല്ലാവരും ഒരുമിച്ച് ഇറങ്ങുന്നതാണ് നല്ലത്. നമുക്ക് രണ്ടാൾക്കും പിന്നീട് മുങ്ങാം. എല്ലാവരും വേണ്ടുവോളം മാലയണിഞ്ഞ് വരുന്നത് കാണണ്ടേ?"

ഇനി അവിടെ നടന്നത് വിശേഷിച്ച് പറയണോ? രാജാവിന്റെ ബന്ധുജനങ്ങളും കുളത്തിലിറങ്ങി. അവരെയെല്ലാം രാക്ഷസൻ വിഴുങ്ങുകയും ചെയ്തു. കുറേ നേരമായിട്ടും ആരും മടങ്ങി

വരാതായപ്പോൾ രാജാവ് വാനരനെ നോക്കി. അവൻ ഒറ്റച്ചാട്ടത്തിന് അടുത്തുള്ള മരത്തിൽ കയറി ഇരുന്നു. എന്നിട്ട് പറഞ്ഞു, "ദുഷ്ടനായ രാജാവേ, അങ്ങെന്റെ എല്ലാ ബന്ധുക്കളേയും ഒറ്റ ദിവസം കൊണ്ട് നശിപ്പിച്ചില്ലേ... ഇപ്പോൾ അങ്ങയുടെ എല്ലാ ബന്ധുജനങ്ങളേയും ആ പൊയ്കയിലെ രാക്ഷസൻ തിന്നുകളഞ്ഞു. എന്റെ കുലം നശിപ്പിച്ചതിന് ഞാൻ നൽകുന്ന ശിക്ഷയാണത്. അങ്ങെനിക്ക് തന്ന ചോറിന് നന്ദി ഉള്ളതു കൊണ്ടാണ് അങ്ങയെ ഞാൻ വെറുതേ വിടുന്നത്."

രാജാവിന് ദേഷ്യവും സങ്കടവും സഹിക്കാൻ കഴിഞ്ഞില്ല. തന്റെ അത്യാഗ്രഹത്തിന് കിട്ടുന്ന ശിക്ഷയാണിത്. വിശ്വസ്തനായിരുന്ന കുരങ്ങിന്റെ ബന്ധുക്കളെ കൊന്നതിൽ അദ്ദേഹത്തിന് വലിയ പശ്ചാത്താപം ഉണ്ടായി.

അംഗരക്ഷകനായ കുരങ്ങൻ

മണ്ടന്മാരെ സഹായത്തിന് വിളിച്ചാൽ പലപ്പോഴും നഷ്ടം സംഭവിക്കാറുണ്ട്. അങ്ങനെ മണ്ടനായ ഒരു കുരങ്ങനെ സ്വന്തം അംഗരക്ഷകനാക്കിയ കുരങ്ങന്റെ കഥ കേൾക്കണ്ടേ...

പണ്ടൊരു സാമ്രാജ്യമുണ്ടായിരുന്നു. രാജാവ് വളരെ പ്രബലനായിരുന്നു. അദ്ദേഹത്തിന്റെ കൊട്ടാരത്തിൽ ധാരാളം കാവൽക്കാരുണ്ട്. രാജാവിന്റെ അരികിൽ അംഗരക്ഷകരായും ആവശ്യത്തിന് ആളുകളുണ്ട്. എന്നാൽ ഏറ്റവും അധികം യജമാനഭക്തിയുള്ള ഒരു കുരങ്ങനായിരുന്നു പ്രധാന അംഗരക്ഷകൻ. അവൻ എപ്പോഴും രാജാവിനോട് വിധേയത്വവും കൂറും പ്രദർശിപ്പിച്ചുകൊണ്ട് അദ്ദേഹത്തിന്റെ അടുത്തുതന്നെ കാണും. കുരങ്ങന്റെ ഈ സ്വഭാവമാണ് അവനെ രാജാവിന് പ്രിയപ്പെട്ടവനാക്കുന്നത്. ഉണരുമ്പോഴും ഉറങ്ങുമ്പോഴുമെല്ലാം അവൻ ജാഗരൂകനായി രാജാവിന്റെ അടുത്ത് നിലയുറപ്പിച്ചിരിക്കും.

രാജകൊട്ടാരത്തിൽ എവിടെയും അവന് സഞ്ചരിക്കാം, ആരും ചോദിക്കില്ല. കൊട്ടാരത്തിലെ ഏറ്റവും വിശ്വസ്തനുമായിരുന്നു ഈ കുരങ്ങൻ. കാര്യമെന്തായാലും കുരങ്ങല്ലേ... ലേശം മണ്ടത്തരം കൈയിലുണ്ട്. അതാരും കാര്യമാക്കാറുമില്ല. ഒരു ദിവസം രാജാവ് നല്ല ഉറക്കത്തിലായിരുന്നു. കുരങ്ങൻ വിശറി വീശി അടുത്തുതന്നെ ഇരുന്നു. കണ്ണെടുക്കാതെ അങ്ങനെ

നോക്കി ഇരിക്കുമ്പോൾ ഒരു ഈച്ച വന്ന് രാജാവിന്റെ നെഞ്ചിൽ ഇരിക്കുന്നു. അവൻ രാജാവിനെ ഉണർത്താതെ മെല്ലെ അതിനെ ഓടിക്കാൻ നോക്കി. കൈ വീശുമ്പോൾ ഈച്ച പറന്ന് മാറി രാജാവിന്റെ നെറ്റിയിൽ ഇരിക്കും. കുറച്ച് നേരം കഴിഞ്ഞപ്പോൾ രാജാവിന് ഈച്ച ഒരു ശല്യമാകില്ലേ എന്നവന് സംശയമായി. ഇതിങ്ങനെ വിട്ടാൽ പറ്റില്ല, ഇവനെ തട്ടിക്കളയാം എന്ന് തീരുമാനിച്ചുറപ്പിച്ചു. നേരെ പോയി ഏറ്റവും മൂർച്ചയുള്ള ആയുധങ്ങൾ പരിശോധിച്ചു. നീളമുള്ള ഒരു വാൾ അവൻ തെര ഞ്ഞെടുത്തു. "ഈ നീളമുള്ള വാളാണ് പറ്റിയത്. നല്ല മൂർച്ചയു മുണ്ട്. വിരലുകൊണ്ട് അതിന്റെ മൂർച്ച പരിശോധിച്ച് അവൻ ഉറപ്പുവരുത്തി നേരെ രാജാവിന്റെ അടുത്തു ചെന്നു. ഈച്ച പറന്ന് രാജാവിന്റെ വയറിൽ ഇരുന്നു. അവൻ ഉന്നം നോക്കി. ശ്ശെടാ... അത് പിന്നെയും പറന്നു. ഇപ്പോൾ രാജാവിന്റെ മൂക്കിൻ തുമ്പത്ത് വന്നിരുന്നു. ഇനി സമയം കളയാൻ അവന്റെ രാജഭക്തി അനുവദിച്ചില്ല. വാൾ നന്നായി ഉയർത്തി ഉന്നം ഉറപ്പാക്കി. പിന്നെ ഒറ്റവെട്ട്. ഈച്ച പറന്നുപോയി. ഒപ്പം രാജാവിന്റെ ജീവനും. ബുദ്ധിയും വിവേകവും ഇല്ലെങ്കിൽ പിന്നെ എത്ര വിശ്വസ്തത ഉണ്ടായിട്ടും ഒരു കാര്യവുമില്ല.

മൂഢനും വിദ്വാനും

അറിവുള്ള ശത്രുവാണ് മൂഢനായ സേവകനെക്കാളും നല്ലത് എന്നൊരു ചൊല്ലുണ്ട്. അറിവുള്ളവന്റെ തെറ്റുകൾക്ക് പരിധിയുണ്ടാകും. ജ്ഞാനിയായ ഒരു കള്ളന്റെ കഥ കേട്ടാൽ ഈ കാര്യം നിങ്ങൾക്ക് ബോധ്യപ്പെടും.

പണ്ട് ഒരു പട്ടണത്തിൽ വളരെ ജ്ഞാനിയായ ഒരു ബ്രാഹ്മണൻ ഉണ്ടായിരുന്നു. പോയ ജന്മത്തിന്റെ പാപം കൊണ്ട് അയാൾ ഈ ജന്മത്തിൽ ഒരു കള്ളനായി മാറി. അങ്ങനെയിരിക്കെ എവിടെനിന്നോ നാല് ബ്രാഹ്മണർ വിലപിടിപ്പുള്ള സാധനങ്ങളുമായി ആ നാട്ടിൽ വന്നുചേർന്നു. എങ്ങനെയെങ്കിലും അവരുടെ പക്കൽനിന്നും പണം തട്ടിയെടുക്കണമെന്ന് കള്ളനായ ബ്രാഹ്മണൻ തീരുമാനിച്ചു. ഇതിനായി അയാൾ ബ്രാഹ്മണരോടൊപ്പം കൂടി. അയാളുടെ വിവേകമുള്ള വാക്കുകൾ കേട്ട് മറ്റ് ബ്രാഹ്മണർക്ക് അയാളോട് ബഹുമാനം തോന്നി. അയാളാകട്ടെ പ്രിയമുള്ള വാക്കുകൾ പറഞ്ഞ് അവരുടെ പ്രീതി പിടിച്ചുപറ്റുകയും ചെയ്തു. കുറേ ദിവസങ്ങൾക്ക് ശേഷം സാധനങ്ങൾ എല്ലാം വിറ്റ് ബ്രാഹ്മണർ നാട്ടിലേക്ക് പോകാൻ തുടങ്ങി.

കൈയിലുള്ള പണം കൊടുത്ത് അവർ കുറേ രത്നങ്ങൾ വാങ്ങിയിരുന്നു. ഇത് ഏത് വിധേനയും കൈക്കലാക്കാ

നായിരുന്നു കള്ളനായ ബ്രാഹ്മണന്റെ ശ്രമം. അയാൾ വളരെ സങ്കടം നടിച്ച് ഇങ്ങനെ പറഞ്ഞു. "ഇത്രയും നാൾ നിങ്ങളോട് അടുത്ത് ഇടപഴകിയിട്ട് നിങ്ങളെ വിട്ടുപോകാൻ എനിക്ക് വളരെ വിഷമമുണ്ട്. അതുകൊണ്ട് യാത്രയിൽ എന്നെയും കൂടെ കൂട്ടണം. ആരോരും ഇല്ലാത്ത എനിക്ക് അതൊരു ആശ്വാസമാകുകയും ചെയ്യും." നിരുപദ്രവകാരിയായ അയാളെ കൂടെ കൂട്ടാൻ ബ്രാഹ്മണന്മാർ തീരുമാനിച്ചു.

അങ്ങനെ നടന്ന് നടന്ന് കാട്ടാളന്മാരുള്ള കാടിന് സമീപം എത്തി. കാട്ടിൽ പ്രവേശിക്കുന്നവരുടെ കൈയിൽ പണമുണ്ടെങ്കിൽ കാക്കകൾ അത് വിളിച്ചുപറയുന്ന ഇടമാണത്. "കാട്ടാളന്മാരേ... ഇതാ ഇഷ്ടം പോലെ പണമുള്ളവർ. ഇവരെക്കൊന്ന് പണം എടുത്തോളൂ." ഇതുകേട്ട് കാട്ടാളന്മാർ ഓടിയെത്തി.

"ജീവൻ വേണമെങ്കിൽ പണം പുറത്തെടുത്തുകൊള്ളൂ. കാക്കകൾ ഇതുവരെയും കള്ളം പറഞ്ഞിട്ടില്ല. നിങ്ങളുടെ കൈയിൽ പണമുണ്ടെന്ന് തീർച്ചയാണ്. ഇല്ലെങ്കിൽ ഞങ്ങൾ ഓരോരുത്തരെയായി കൊന്ന് പണമെടുക്കും," എന്നവർ ബ്രാഹ്മണരോട് പറഞ്ഞു.

"ഇവർ ബ്രാഹ്മണരേയും എന്നെയും കൊന്ന് പണമെടുക്കും. എന്നാൽ എന്റെ കൈയിൽ മാത്രം പണമില്ലല്ലോ... ആരുമില്ലാത്ത ഞാൻ എന്തിന് മരണത്തെ പേടിക്കണം? ഇതുവരെ ഒരു നല്ലകാര്യവും ചെയ്യാൻ എനിക്ക് കഴിഞ്ഞിട്ടില്ല. ഇപ്പോൾ ഇവരെ രക്ഷിച്ചാൽ എനിക്ക് പുണ്യം കിട്ടുകയും ചെയ്യും. ആർക്കും വേണ്ടാത്ത ജീവിതത്തെക്കാൾ ഭേദം അതാണ്" എന്ന് കള്ളനായ ബ്രാഹ്മണൻ ചിന്തിച്ചു.

"കാട്ടാളന്മാരെ, ഞങ്ങളുടെ കൈയിൽ പണമില്ല. കാക്കകൾക്ക് എന്തോ തെറ്റ് പറ്റിയതാണ്. സംശയമുണ്ടെങ്കിൽ നിങ്ങൾ എന്നെ കൊന്ന് പരിശോധിച്ചോളൂ. എന്റെ കൈയിൽ പണമില്ലെങ്കിൽ മറ്റുള്ളവരെ ഉപദ്രവിക്കാതെ വിടണം" എന്നവൻ കാട്ടാളന്മാരോട് അപേക്ഷിച്ചു. കാട്ടാളന്മാർ അത് സമ്മതിച്ചു. അവർ അയാളെ കൊന്ന് പരിശോധിച്ചു. പണം കാണാത്തതിനെത്തുടർന്ന് കാട്ടാളന്മാർ മുൻപ് കൊടുത്ത വാക്ക് പ്രകാരം

മറ്റുള്ളവരെ പോകാൻ അനുവദിച്ചു.

അതുകൊണ്ടാണ് നമുക്ക് ഇഷ്ടപ്പെട്ട കാര്യം ചെയ്യുന്ന മഠയനെക്കാളും ശത്രുവായ പണ്ഡിതനാണ് നമുക്ക് സഹായത്തിനായി എപ്പോഴും ഉണ്ടാകുക എന്ന് പറയുന്നത്.

ജീർണധനൻ എന്ന വ്യാപാരി

ചിലർ ഉപായം കണ്ടെത്തുന്നതിൽ വിരുതന്മാരാണ്. എന്നാൽ ഉപായത്തിനുള്ളിൽ ഒളിഞ്ഞിരിക്കുന്ന അപായത്തെക്കുറിച്ച് പലർക്കും അറിയില്ല. അതുകൊണ്ടാണല്ലോ ഇരുമ്പ് തിന്ന എലിയുടെ കഥ പൊളിഞ്ഞുപോയത്. ഇരുമ്പ് തിന്നുന്ന എലിയോ? നിങ്ങൾക്ക് സംശയം തോന്നുന്നോ.... അത് തന്നെയാണ് ഈ കഥയിലും സംഭവിച്ചത്.

ഒരു പട്ടണത്തിൽ കച്ചവടം പൊളിഞ്ഞ് നഷ്ടത്തിലായ ഒരു വ്യാപാരി ഉണ്ടായിരുന്നു. ജീർണധനൻ എന്നായിരുന്നു പേര്. ഇനി ഈ നാട്ടിൽ നിന്നിട്ട് കാര്യമില്ല എന്ന് അയാൾക്ക് തോന്നിത്തുടങ്ങി. കാരണം, മുൻപ് ബഹുമാനിച്ചിരുന്നവർ ഇപ്പോൾ അയാളോട് പുച്ഛത്തോടെയാണ് പെരുമാറുന്നത്. ഇന്ന് അയാളുടെ കൈയിൽ സമ്പാദ്യമായി ഒന്നും മിച്ചമില്ല. ആകെ ഉള്ളത് അയാളുടെ അപ്പനപ്പൂപ്പന്മാർക്ക് കൈമാറിക്കിട്ടിയ വലിയൊരു തുലാസ് മാത്രമാണ്. അത് അയാളുടെ സുഹൃത്തായ വ്യാപാരിയെ സൂക്ഷിക്കാൻ ഏൽപ്പിച്ചിട്ട് അയാൾ നാടുവിട്ട് പോയി. ദീർഘ നാളുകൾക്കുശേഷം ജീർണധനൻ നാട്ടിൽ തിരിച്ചെത്തി. അയാൾ സുഹൃത്തിനെ സമീപിച്ചു.

“സുഹൃത്തേ ഞാൻ ഏൽപ്പിച്ച തുലാസ് കിട്ടിയാൽ സന്തോഷമായിരിക്കും.”

"അയ്യോ നീ പോയതിന്റെ അടുത്തദിവസം ആ തുലാസ് എലി തിന്ന് തീർത്തുകളഞ്ഞു. കഷ്ടമായിപ്പോയി." ജീർണധനൻ ആദ്യം ഒന്ന് അമ്പരന്നു. ഇരുമ്പ് തിന്നുന്ന എലിയോ? പിന്നീടാണ് വിലപിടിപ്പുള്ള തന്റെ തുലാസ് അടിച്ചുമാറ്റാൻ സുഹൃത്ത് കണ്ടെത്തിയ തന്ത്രമാണതെന്ന് അയാൾക്ക് ബോദ്ധ്യമായത്. ചങ്ങാതിക്ക് തിരിച്ച് ഒരു പണി കൊടുക്കണം എന്നയാൾ തീർച്ചയാക്കി. എന്നാൽ അത് മറച്ചുവച്ചുകൊണ്ട് ജീർണധനൻ സംഭാഷണം തുടർന്നു.

"സാരമില്ല. താങ്കൾ കാരണമല്ലല്ലോ... എലി തിന്നതല്ലേ... ഏതായാലും നല്ല യാത്രാ ക്ഷീണമുണ്ട്. ഒന്നു കുളിക്കണം. കുറച്ച് എണ്ണയും കൊടുത്ത് താങ്കളുടെ മോനെ ഒന്ന് കടവിലേക്ക് അയയ്ക്കണേ," എന്നു പറഞ്ഞ് ജീർണധനൻ കുളിക്കാനായി പുറപ്പെട്ടു.

സുഹൃത്ത് അപ്രകാരം ചെയ്തു. ജീർണധനൻ കുട്ടിയുമായി നേരെ പുഴക്കരയിലെ ഗുഹയിലേക്കാണ് പോയത്. കുട്ടിയെ ഗുഹയിൽ കയറ്റിയ ശേഷം വലിയൊരു കല്ലുകൊണ്ട് ഗുഹാമുഖം മൂടി വച്ചു. പിന്നെ നന്നായി കുളിച്ച് വ്യാപാരിയുടെ വീട്ടിലേക്ക് ചെന്നു. "അല്ലാ, നേരം കുറേ ആയല്ലോ പോയിട്ട്. കുട്ടി എവിടെ? നിങ്ങളുടെ ഒപ്പമല്ലേ അവൻ വന്നത്?" എന്ന് സുഹൃത്ത് ചോദിച്ചു.

"ഹൊ, വലിയ കഷ്ടമായിപ്പോയി. നിങ്ങളുടെ മോനെ ഒരു വലിയ പരുന്ത് വന്ന് റാഞ്ചിക്കൊണ്ട് പോയി. ഞാൻ എത്ര ശ്രമിച്ചിട്ടും തടയാൻ കഴിഞ്ഞില്ല."

"വിഡ്ഢിത്തം പറയാതെ, മനുഷ്യക്കുട്ടിയെ പരുന്ത് റാഞ്ചുമോ? മര്യാദയ്ക്ക് എന്റെ മോൻ എവിടാന്നു പറ. ഇപ്പോൾ ഞാൻ രാജാവിനോട് പോയി പറയും."

"അയ്യോ... ഇരുമ്പ് തിന്നുന്ന എലിയുള്ള നാട്ടിൽ മനുഷ്യനെ റാഞ്ചുന്ന പരുന്തും ഉണ്ടാകും." ജീർണധനൻ മറുപടി പറഞ്ഞു. ഇരുവരും തമ്മിലുള്ള തർക്കം വലിയ വഴക്കിലേക്ക് നീങ്ങി. ഇങ്ങനെ ബഹളം കൂട്ടി അവർ രാജാവിന്റെ അടുത്തെത്തി.

"മഹാരാജാവേ... എന്റെ മകനെ ഈ നിൽക്കുന്നവൻ

തട്ടിക്കൊണ്ട് പോയി. രക്ഷിക്കണം." സുഹൃത്തായ വ്യാപാരി രാജാവിനോട് ഉണർത്തിച്ചു.

കുട്ടിയെ തിരികെ നൽകാൻ രാജാവ് ഉത്തരവിട്ടു.

"പ്രഭോ ക്ഷമിക്കണം. ഞാൻ നോക്കി നിൽക്കെയാണ് കുട്ടിയെ പുഴക്കരയിൽ വച്ച് പരുന്ത് റാഞ്ചിക്കൊണ്ട് പോയത്. ഞാനെന്ത് ചെയ്യാനാണ്?" എന്ന് ജീർണധനൻ തന്റെ നിസ്സഹായത അറിയിച്ചു.

"ഹാ വിഡ്ഢിത്തം പറയാതെ. പരുന്ത് മനുഷ്യക്കുഞ്ഞിനെ റാഞ്ചുമോ?" രാജാവിന് ദേഷ്യം വന്നു.

"പ്രഭോ ആയിരം കിലോ ഉള്ള തുലാസ് എലി തിന്നുന്ന നാട്ടിൽ ഒരു മനുഷ്യക്കുട്ടിയെ പരുന്ത് റാഞ്ചുകയില്ലേ?" എന്ന് ജീർണധനൻ മറുപടി പറഞ്ഞപ്പോൾ രാജാവിന് ചില സംശയങ്ങൾ തോന്നി. രസകരമായ ചോദ്യം കേട്ടതോടെ രാജാവ് കാര്യങ്ങൾ ചോദിച്ച് മനസ്സിലാക്കി. രണ്ട് പേരോടും പിടിച്ചുവച്ചവ കൈമാറാൻ രാജാവ് കൽപ്പിച്ചു.

അതാണ് പറയുന്നത്, ഉപായം പ്രയോഗിച്ചാൽ അതിലുള്ള അപകടവും തിരിച്ചറിയണം എന്ന്.

സാഗരദത്തന്റെ പുത്രൻ

എന്തൊക്കെ സംഭവിച്ചാലും അർഹതപ്പെട്ടത് മനുഷ്യന് കിട്ടും. വിധിയെ തടയാൻ ഈശ്വരന് പോലും കഴിയാറില്ല എന്ന് പറയാറില്ലേ. അതുകൊണ്ട് സംഭവിച്ചതിനെക്കുറിച്ച് ആലോചിച്ച് ദുഃഖിക്കാൻ പാടില്ല. നമുക്കായി വച്ചിരിക്കുന്നത് മറ്റൊരാൾക്ക് കിട്ടുകയുമില്ല. ഇതാണ് സാഗരദത്തന്റെ കഥ നമ്മെ പഠിപ്പിക്കുന്നത്.

സാഗരദത്തൻ എന്ന വ്യാപാരിക്ക് ഒരു മകനായിരുന്നു ഉണ്ടായിരുന്നത്. അവനാണെങ്കിൽ വിധിയിൽ അങ്ങേ അറ്റത്തെ വിശ്വാസവുമായിരുന്നു. അവനൊരുദിവസം നൂറ് രൂപ മുടക്കി ഒരു പുസ്തകം വാങ്ങാൻ ഇടയായി. അതിൽ ഒരേ ഒരു ശ്ലോകമേ ഉണ്ടായിരുന്നുള്ളൂ. അത് കണ്ട് സാഗരദത്തൻ ചോദിച്ചു.

"മകനേ, ഇതിന് എത്ര പണമാണ് കൊടുത്തത്?"

"നൂറ് രൂപ."

"ഇതിൽ എന്താണ് എഴുതിയിരിക്കുന്നത്?"

"മനുഷ്യന് വിധിച്ചിട്ടുള്ളത് അവന് കിട്ടും. ദേവന്മാർക്ക് പോലും അത് തടയാനാകില്ല. അതിനാൽ ഞാൻ ഇതിനെക്കുറിച്ചോർത്ത് ദുഃഖിക്കുന്നില്ല. എനിക്കുള്ളത് മറ്റൊരാൾ കൊണ്ടുപോകുകയുമില്ല."

"ഇതിനായി മാത്രം നൂറ് രൂപ മുടക്കിയ വിഡ്ഢി. ഇവനെ

ഒന്നിനും കൊള്ളില്ല." ദേഷ്യം വന്ന സാഗരദത്തൻ മകനെ വീട്ടിൽനിന്നും പുറത്താക്കി. അവനെ കണ്ടുമുട്ടിയവർ അവനെവിടെ പോകുന്നു, എന്താണ് പേര് എന്നിങ്ങനെയൊക്കെ ചോദിച്ചു. അവന് എല്ലാത്തിനും ഒരു മറുപടിയേ ഉണ്ടായിരുന്നുള്ളൂ. "മനുഷ്യന് വിധിച്ചത് അവന് കിട്ടും."

ആര് ചോദിച്ചാലും ഇങ്ങനെ പറയുന്നതിനാൽ "മനുഷ്യന് വിധിച്ചത് അവന് കിട്ടും" എന്ന് പറയുന്നവൻ എന്ന പേരിൽ അവൻ ആ നഗരത്തിൽ പ്രശസ്തനായി.

ഈ കാലത്ത് അവിടുത്തെ രാജകുമാരി സുന്ദരനായ ഒരു രാജകുമാരനെ കാണാൻ ഇടയായി. രാജകുമാരിക്ക് അയാളെ ഇഷ്ടമായി. തന്നെ കാണാൻ വൈകിട്ട് കൊട്ടാരത്തിൽ എത്തണമെന്നും ജനാലയിൽ കയറുകെട്ടി ഇടാമെന്നും അതിലൂടെ മുറിയിലെത്താനുള്ള നിർദ്ദേശം തോഴിയിലൂടെ കുമാരി അറിയിച്ചിരുന്നു. ഇതിനിടയിൽ അലഞ്ഞ് തിരിഞ്ഞ് നടന്നിരുന്ന സാഗരദത്തന്റെ മകൻ കൊട്ടാരത്തിനടുത്ത് എത്തുകയും ജനാലയിലൂടെ കയർ തൂങ്ങിക്കിടക്കുന്നത് കണ്ട് കൗതുകം തോന്നി അതിലൂടെ പിടിച്ചുകയറി കുമാരിയുടെ മുറിയിൽ എത്തുകയും ചെയ്തു. അവന് കഴിക്കാൻ മധുരപലഹാരങ്ങളുമായി എത്തിയ കുമാരി "എന്താണ് അങ്ങ് എന്നോടൊന്നും മിണ്ടാത്തത്" എന്ന് ചോദിച്ചു. "മനുഷ്യന് കിട്ടാൻ വിധിച്ചത് അവന് ലഭിക്കും."

തന്റെ മുറിയിൽ ഇരിക്കുന്നത് രാജകുമാരനല്ല എന്ന് ഇത് കേട്ടപ്പോൾ രാജകുമാരിക്ക് മനസ്സിലായി. അവൾ അവനെ അവിടെനിന്നും ഇറക്കി വിടുകയും ചെയ്തു. അലഞ്ഞ് തിരിഞ്ഞ് ഒരു വഴിയമ്പലത്തിൽ അവൻ വിശ്രമിക്കാൻ കിടന്നു. അപ്പോൾ അതുവഴിവന്ന രക്ഷാഭടൻ അപരിചിതനെ കണ്ട് ആരെന്ന് ചോദിച്ചു. "മനുഷ്യന് കിട്ടാനുള്ളത് അവന് ലഭിക്കും" എന്ന മറുപടി അവൻ ആവർത്തിച്ചു. "ഒറ്റയ്ക്ക് വഴിയമ്പലത്തിൽ കിടക്കണ്ട, വേണമെങ്കിൽ വീട്ടിൽ പോയി എന്റെ കിടക്കയിൽ കിടന്നുകൊള്ളൂ, എന്ന് ഭടൻ ഔദാര്യവാനായി. സാഗരദത്തന്റെ പുത്രൻ അതനുസരിച്ച് ഭടന്റെ വീട്ടിൽ പോയി അയാളുടെ

കിടക്കയിൽ കിടന്നു. എന്നാൽ പറഞ്ഞതിന് വിപരീതമായി മറ്റൊരു കിടക്കയിലാണ് അവൻ ചെന്നുകിടന്നത്. അത് ഭടന്റെ മകളുടെ കിടക്കയായിരുന്നു. അവളാകട്ടെ, തന്നെ വിവാഹം ചെയ്യാൻ പോകുന്ന ആളായിരിക്കും എന്നുകരുതി അവനെ സ്വീകരിച്ചിരുത്തി. ഒന്നും മിണ്ടാതിരിക്കുന്നത് എന്ത് എന്ന് ചോദിക്കുകയും ചെയ്തു. “മനുഷ്യന് കിട്ടാൻ വിധിച്ചത് അവന് ലഭിക്കും എന്നായിരുന്നു മറുപടി” ആള് മാറി എന്ന് തിരിച്ചറിഞ്ഞ അവളും അവനെ പുറത്തിറക്കി വിട്ടു.

അങ്ങനെ നടക്കുമ്പോൾ ഒരു വിവാഹഘോഷയാത്ര കടന്നു പോകുന്നത് കാണാനിടയായി. എന്തായാലും ഇതിനോടൊപ്പം കൂടാം എന്ന് കരുതി അവൻ ഘോഷയാത്രയിൽ പങ്കുചേർന്നു. അവിടുത്തെ ഒരു ധനികന്റെ മകളുടെ വിവാഹ ഘോഷയാത്രയായിരുന്നു അത്. വരന്റെ സംഘത്തോടൊപ്പമാണ് അവൻ സഞ്ചരിച്ചിരുന്നത്. വിവാഹ മണ്ഡപത്തിൽ വ്യാപാരിയുടെ മകൾ വന്നിരുന്നു. ഈ സമയം ഒരു ആന മദം പൊട്ടി ഓടിവന്ന് എല്ലാവരേയും ഓടിച്ചു. വരനും മറ്റും അവിടെനിന്നും ഓടി രക്ഷപ്പെട്ടു. മണ്ഡപത്തിൽ വധു ഒറ്റയ്ക്കായി. അവളുടെ നേരെ ആന ഓടി വരുന്നത് സാഗരദത്തന്റെ മകൻ കണ്ടു.

അവൻ ഓടി വന്ന് അവളെ കൈപിടിച്ച് സുരക്ഷിതസ്ഥാനത്തേക്ക് മാറ്റുകയും ആനയെ ദേഷ്യത്തിൽ ശകാരിക്കുകയും ചെയ്തു. എന്തുകൊണ്ടോ ആന പിന്തിരിഞ്ഞുപോയി. അപ്പോഴേക്കും വരനും കൂട്ടരും തിരിച്ചെത്തി. വിവാഹത്തിനുള്ള തയ്യാറെടുപ്പുകൾ തുടങ്ങി. എന്നാൽ മറ്റൊരാളുടെ കൈപിടിച്ച് നിൽക്കുന്ന വധുവിനെ കണ്ട് എല്ലാവരും അമ്പരന്നു. “അയ്യോ, എനിക്ക് തരാമെന്ന് പറഞ്ഞ പെണ്ണിനെ അങ്ങ് മറ്റൊരാൾക്ക് കൊടുത്തുവല്ലോ!” വരന്റെ വാക്കുകൾ കേട്ട് വ്യാപാരി അമ്പരന്നു. താനിത് അറിഞ്ഞിട്ടില്ല എന്നുപറഞ്ഞു. മകളോട് കാര്യങ്ങൾ അന്വേഷിച്ചു.

”അച്ഛാ ഞാൻ മരണത്തിന് മുന്നിലായിരുന്നപ്പോൾ ഇദ്ദേഹം എന്നെ രക്ഷിക്കുകയായിരുന്നു. എനിക്ക് ജീവനുള്ള കാലം ഞാൻ ഇദ്ദേഹത്തിന്റെ ഭാര്യയായി കഴിയാനാണ് ഇഷ്ടപ്പെടുന്നത്.

മറ്റൊരാളെന്റെ കൈ പിടിക്കാൻ ഞാൻ ഇനി അനുവദിക്കുകയില്ല. അച്ഛൻ ക്ഷമിക്കണം."അപ്പോഴേക്കും നേരം പുലർന്നു. വാർത്ത കാട്ടുതീ പോലെ പടർന്നു. വിവരമറിഞ്ഞ് രാജകുമാരിയും ഭടന്റെ മകളും അവിടെയെത്തി. തലേന്ന് രാത്രിയിൽ കണ്ട ചെറുപ്പക്കാരനെയാണ് അവരവിടെ കണ്ടത്. അവന്റെ തേജസ്സ് കണ്ട് അവർക്ക് അവനോട് സ്നേഹം ഇരട്ടിക്കുകയും ചെയ്തു. ഇതിനോടകം രാജാവ് അവിടെയെത്തി നടന്ന സംഭവങ്ങൾ മനസ്സിലാക്കി. രാജാവ് അവനോട് ചോദിച്ചു "എന്താണ് യഥാർത്ഥത്തിൽ നടന്നത്?"

"മനുഷ്യന് കിട്ടാനുള്ളത് അവന് കിട്ടും." എന്നവൻ രാജാവിനോട് മറുപടി പറഞ്ഞു. ദേവന്മാർക്ക് പോലും അത് തടയാനാകില്ല, രാജകുമാരി പറഞ്ഞു. അതിനെക്കുറിച്ച് ഞാൻ ദുഃഖിക്കുന്നില്ല, എനിക്കുള്ളത് മറ്റൊരാൾ കൊണ്ടുപോകുകയുമില്ല, ഭടന്റെ മകൾ പറഞ്ഞു. രാജാവ് ഇതെല്ലാം കേട്ട് സന്തോഷിച്ച് രാജകുമാരിയെ സാഗരദത്തന്റെ പുത്രന് നൽകി. ഭടൻ അയാളുടെ മകളേയും വിവാഹം ചെയ്തുകൊടുത്തു. അങ്ങനെ മൂന്ന് ഭാര്യമാരുമായി അവൻ ദീർഘകാലം സന്തോഷത്തോടെ ജീവിച്ചു. ജനങ്ങൾക്ക് പ്രിയങ്കരനായ രാജാവായി മാറുകയും ചെയ്തു.

ദന്തിലൻ

നാം ഏത് സ്ഥാനമാനങ്ങളിൽ എത്തിപ്പെട്ടാലും എല്ലാ ത്തരത്തിൽപ്പെട്ട ആളുകളേയും അംഗീകരിക്കണം. അവർ വലിയവരായാലും ശരി, ചെറിയവരായാലും ശരി. അഹങ്കാര മുള്ളവർ ചിലപ്പോൾ സ്ഥാനങ്ങൾ ഇല്ലാത്തവരെ ബഹുമാനി ച്ചില്ലെന്ന് വരും. അത്തരക്കാർക്ക് ദന്തിലന്റെ അനുഭവമാകും സംഭവിക്കുക. ആരാണ് ദന്തിലൻ എന്നല്ലേ... പറയാം. കേട്ടോളൂ.

വർദ്ധമാനം എന്ന രാജ്യത്തെ ധനികനായ വ്യാപാരിയാ യിരുന്നു ദന്തിലൻ. രാജാവിന്റെ പ്രിയപ്പെട്ട തോഴനായിരുന്നു അയാൾ. എന്തിനും ഏതിനും രാജാവിന് ദന്തിലൻ കൂടിയേ തീരൂ. ഇതുമൂലം ദന്തിലന് ലേശം അഹങ്കാരം ഇല്ലാതെയും ഇല്ല. രാജാവിന്റെ കാര്യങ്ങൾ നോക്കുന്നവനെ പ്രജകൾക്കും പ്രജകളുടെ കാര്യത്തിന് പ്രാധാന്യം നൽകുന്നവരെ രാജാവിനും സാധാരണ ഇഷ്ടപ്പെടാറില്ല. എങ്കിലും ദന്തിലനെ രാജാവിനും പ്രജകൾക്കും ഒരുപോലെ ഇഷ്ടമായിരുന്നു.

ഇതിനിടെയാണ് ദന്തിലന്റെ മകളുടെ വിവാഹം നടന്നത്. രാജാവ് മുതൽ ഭൃത്യന്മാർ വരെ എല്ലാവരേയും വിവാഹത്തിന് ക്ഷണിച്ചിരുന്നു. വിവാഹത്തിന് എത്തിയ എല്ലാവരേയും അവരവർക്ക് യോജിച്ച ഇരിപ്പിടങ്ങളിൽ ദന്തിലൻ കൊണ്ടുപോയി ഇരുത്തുകയും ചെയ്തു. എന്നാൽ കൊട്ടാരത്തിലെ തൂപ്പുകാര

നായ ഗോരംഭൻ വന്നപാടെ വിശിഷ്ടവ്യക്തികൾക്കായി തയ്യാറാക്കിയ കസേരയിലാണ് ഇരിപ്പുറപ്പിച്ചത്. ഇത് ദന്തിലന് അത്ര രസിച്ചില്ല. അയാൾ ഉടൻതന്നെ ഗോരംഭനെ അവിടെനിന്ന് പുറത്താക്കി. പൊതുസ്ഥലത്തെ അപമാനം ആർക്കും സഹിക്കാൻ കഴിയില്ലല്ലോ! ഗോരംഭന് ആ രാത്രി ഉറക്കം വന്നില്ല. അയാൾ തിരിഞ്ഞും മറിഞ്ഞും കിടന്നു. എങ്ങനെയും ദന്തിലന്റെ ഈ പ്രവൃത്തിക്ക് മറുപടി നൽകണം എന്നയാൾ നിശ്ചയിച്ചു.

പാവം തൂപ്പുകാരൻ എങ്ങനെ രാജാവിന്റെ സ്നേഹിതനോട് പ്രതികാരം ചെയ്യാൻ സാധിക്കും? ഗോരംഭൻ മോശക്കാരനല്ല, ബുദ്ധിമാനാണ്. അയാൾ നിരവധി ഉപായങ്ങൾ ആലോചിച്ചു. അങ്ങനെയിരിക്കെ ഒരുദിവസം രാജാവ് ഉണരുന്നതിന് മുൻപ് മുറി അടിച്ചുവാരാനായി ഗോരംഭൻ രാജാവിന്റെ മുറിയിൽ എത്തി. രാജാവ് പാതിയുറക്കത്തിലാണെന്ന് ഉറപ്പായപ്പോൾ ഗോരംഭൻ അതും ഇതും പുലമ്പാൻ തുടങ്ങി. പാതി ഉറക്കത്തിലായതുകൊണ്ട് രാജാവ് അത് കേൾക്കുന്നുമുണ്ടായിരുന്നു.

"ഈ പാവം രാജാവിനെയാണല്ലോ ദന്തിലൻ ചതിക്കുന്നത്. അയാൾ രാജ്ഞിയുമായി എന്തൊക്കെയോ രഹസ്യകാര്യങ്ങൾ സംസാരിക്കാറുമുണ്ട്. ഇതെങ്ങാനും രാജാവ് അറിഞ്ഞാൽ ദന്തിലന്റെ കഥ കഴിഞ്ഞതുതന്നെ." എന്നായിരുന്നു ദന്തിലൻ പുലമ്പിക്കൊണ്ടിരുന്നത്.

"ഭൃത്യാ... നാം കേട്ടത് സത്യമാണോ? ദന്തിലൻ എന്ത് വിശ്വാസ വഞ്ചനയാണ് കാണിച്ചത് സത്യം പറയണം. ഇല്ലെങ്കിൽ നിന്റെ ഉടലിന് മുകളിൽ തല കാണില്ല." രാജാവ് ഉറക്കത്തിൽനിന്നും പെട്ടെന്നുണർന്ന് ഭൃത്യനോട് പറഞ്ഞു.

"തമ്പുരാനേ ക്ഷമിക്കണം, ഞാൻ ഉറക്കക്ഷീണത്താൽ പിച്ചും പേയും പറഞ്ഞതാണ്. തിരുവുള്ളക്കേട് തോന്നരുത്. ഇന്നലെ രാത്രി മുഴുവൻ ചൂത് കളിക്കുകയായിരുന്നതിനാൽ ഒരു പോള കണ്ണടയ്ക്കാൻ കഴിഞ്ഞില്ല. അതുകൊണ്ടാണ് ഓരോന്ന് പറഞ്ഞത്."

"ഓഹോ രാത്രി മുഴുവൻ നിനക്ക് ചൂതുകളിയാണ് പണി അല്ലേ?"

"മഹാരാജൻ ഞാനത് കുറേശ്ശെ നിർത്തി വരികയാ... അങ്ങ്

ഈയുള്ളവനോട് കരുണ കാണിച്ചാലും"

ഇത്രയും പറഞ്ഞ് ഗോരംഭൻ സ്ഥലം കാലിയാക്കി. എന്നാൽ രാജാവിന്റെ മനസ്സിൽ സംശയത്തിന്റെ തീനാമ്പുകൾ ഉയർന്നു വന്നു. ഗോരംഭന് കൊട്ടാരത്തിൽ എവിടെ വേണമെങ്കിലും പോകാനാകും. ദന്തിലന് രാജ്ഞിയുമായി എന്തെങ്കിലും രഹസ്യ പദ്ധതിയുണ്ടോ? അയാളെ ഇനിമേൽ വിശ്വാസത്തിൽ എടുത്തുകൂട. ദന്തിലനെ കൊട്ടാരത്തിൽ നിന്ന് പുറത്താക്കുക തന്നെയാണ് ഉചിതമായിട്ടുള്ളത്. വെറുതേ സംശയിച്ച് സമയം കളയുന്നതെന്തിന്?"

ഇങ്ങനെ ആലോചിച്ച രാജാവ് ദന്തിലനെ അന്ന് തന്നെ കൊട്ടാരത്തിൽ നിന്ന് പുറത്താക്കുകയും ചെയ്തു. ദന്തിലനാകട്ടെ എന്താണ് സംഭവിച്ചതെന്ന് മനസ്സിലാകാതെ വിഷമിച്ചിരുന്നു. കുറേ നേരത്തിന് ശേഷം അയാൾ കൊട്ടാരവാതിൽക്കൽ എത്തി വിഷണ്ണനായി നിന്നു. അതേ സമയം ആ വഴി വന്ന ഗോരംഭൻ ഗോപുരം കാവൽക്കാരനോട് ഇങ്ങനെ പറഞ്ഞു, "എടോ സൂക്ഷിക്കണം. കൊല്ലിനും കൊലയ്ക്കും അധികാരമുള്ള ദന്തിലനാണ് കൊട്ടാരവാതിൽക്കൽ നിൽക്കുന്നത്. അയാളെ എങ്ങാനും തടഞ്ഞ് നിർത്തിയാൽ പണ്ട് ദന്തിലൻ എന്നെ വീട്ടിൽനിന്നും പുറത്താക്കിയതുപോലെ തന്നെയും പുറത്താക്കും."

ഇത് കേട്ടതോടെ ദന്തിലന് കാര്യങ്ങളുടെ കിടപ്പ് മനസ്സിലായി.

"എന്റെ ഈ അവസ്ഥയ്ക്ക് കാരണം ഗോരംഭനാണ്. തന്നെക്കാൾ താഴെയുള്ളവരാണെങ്കിലും സേവകരെ ബഹുമാനിക്കണം എന്ന് മറന്നുപോയതാണ് ഇതിനെല്ലാം കാരണം. "അന്ന് രാത്രി ഗോരംഭനെ ദന്തിലൻ രഹസ്യമായി ചെന്നുകണ്ടു. രണ്ട് വിശേഷപ്പെട്ട മുണ്ടുകൾ അയാൾക്ക് സമ്മാനമായി നൽകുകയും ചെയ്തു.

"ഗോരംഭാ നീ എന്നോട് ക്ഷമിക്കണം. അന്ന് നിന്നെ വീട്ടിൽ നിന്ന് ഇറക്കിവിട്ടത് വളരെ മോശമായിപ്പോയി. ആ സമയത്ത് ബ്രാഹ്മണന്മാർക്കുള്ള സ്ഥലത്ത് നീ ഇരിക്കുന്നത് കണ്ട് പെട്ടെന്നുള്ള ദേഷ്യത്തിൽ സംഭവിച്ച് പോയതാണ്. എന്നോട് ക്ഷമിക്കണം."

“അയ്യോ, അങ്ങ് വിഷമിക്കേണ്ട. ഞാൻ അതെല്ലാം മറന്നിരിക്കുന്നു. പിന്നെ, എന്നെ എന്തായാലും അങ്ങ് ബഹുമാനിച്ചല്ലോ എനിക്ക് അത് മതി. എന്റെ കഴിവ് കൊണ്ട് നാളെ തന്നെ അങ്ങേക്ക് രാജപ്രീതി ലഭിക്കും. ”

അവർ ഉടൻ തന്നെ യാത്ര പറഞ്ഞ് പിരിയുകയും ചെയ്തു. പിറ്റേന്ന് രാജാവ് പാതിയുറക്കത്തിൽ കിടക്കുമ്പോൾ മുൻപ് ചെയ്തതുപോലെ തന്നെ ഗോരംഭൻ അതുമിതും പുലമ്പാൻ തുടങ്ങി. രാജാവ് കേട്ടതെന്തായാലും ഇത്രമാത്രം., “അയ്യോ മഹാകഷ്ടം തന്നെ, നമ്മുടെ മഹാരാജാവ് കക്കൂസിലിരുന്ന് ഭക്ഷണം കഴിച്ചല്ലോ. നാലാള് അറിഞ്ഞാൽ നാണക്കേട് ആണല്ലോ. ആരെങ്കിലും വിസർജനം ചെയ്യുമ്പോൾ ഭക്ഷണം കഴിക്കുമോ? എത്ര നല്ല പലഹാരം ആണെങ്കിലും ... ഹോ... കഷ്ടം കഷ്ടം കഷ്ടം.... നാണക്കേട്.

“എടാ വിഡ്ഢി, നീ എന്ത് അസംബന്ധമാണ് പറയുന്നത്? നീ നമ്മെ ഏറെക്കാലം സേവിച്ചതുകൊണ്ട് മാത്രം നാം നിന്നെ വെറുതെവിടുന്നു. എന്റെ മുന്നിലിനി കണ്ടുപോകരുത്. നീചൻ.”

“പ്രഭോ എന്നെ കൈവെടിയരുത്. രാത്രി ചൂത് കളിച്ചതിന്റെ ഉറക്കപ്പിച്ചിൽ എന്തോ പുലമ്പിയതാണ്. . എന്താണെന്ന് എനിക്ക് തന്നെ അറിയില്ല. ഇനി മേലാൽ ഞാൻ ചൂത് കളിക്കുകയേ ഇല്ല. ജോലി കൃത്യമായി ചെയ്യുകയും ചെയ്യാമേ...”

ക്ഷമ പറഞ്ഞ ഗോരംഭൻ രാജാവിന്റെ മുന്നിൽനിന്നും മറഞ്ഞു. അപ്പോഴാണ് രാജാവിന് തന്റെ വിഡ്ഢിത്തം മനസ്സിലായത്. ”ഏതോ ഒരുത്തൻ ഉറക്കപ്പിച്ചിൽ എന്തോ പറഞ്ഞെന്നും പറഞ്ഞ് ദീർഘനാളായി ആത്മമിത്രമായിരുന്ന ദന്തിലനെ നാം പുറത്താക്കിയല്ലോ. കഷ്ടം. ദന്തിലനോട് ക്ഷമചോദിച്ച് മടക്കിക്കൊണ്ട് വരണം. സ്ഥാനമാനങ്ങൾ നൽകുകയും ചെയ്യണം.”

പിന്നെ താമസിച്ചില്ല, ദന്തിലനെ വിളിച്ചുവരുത്തി വിശേഷപ്പെട്ട ആഭരണങ്ങൾ നൽകി ആദരിച്ചു. ദീർഘകാലം അവർ നല്ല സുഹൃത്തുക്കളായി തുടരുക തന്നെ ചെയ്തു.

ഇതാണ് പറയുന്നത്, ഉയർന്നവരേയും സമന്മാരേയും മാത്രമല്ല, നമ്മളേക്കാൾ താഴ്ന്നവരേയും ബഹുമാനിച്ചില്ലെങ്കിൽ ദന്തിലന്റെ അവസ്ഥയായിരിക്കും നമുക്കും.

സൂചിമുഖിയും കുരങ്ങനും

അത് ചെയ്യരുത്, ഇത് ചെയ്യരുത് എന്നിങ്ങനെ മുതിർന്നവർ ഉപദേശിക്കാറില്ലേ? മുതിർന്നവരുടെയും നമ്മോട് ഇഷ്ടമുള്ള വരുടെയും ഉപദേശങ്ങൾ അപ്പാടെ നമ്മൾ അനുസരിക്കും, അല്ലേ? എന്നാൽ ഉപദേശം നൽകുമ്പോൾ സൂക്ഷിക്കണം. മഠയന്മാരെ ഉപദേശിച്ചിട്ട് ഒരു കാര്യവുമില്ല. മാത്രമല്ല, ദോഷം ചെയ്തെന്നുമിരിക്കും. അതാണ് സൂചിമുഖിയുടെ കഥ നമ്മെ പഠിപ്പിക്കുന്നത്.

ഗ്രാമത്തോട് ചേർന്ന ഒരു കാട്ടിൽ കുറേ കുരങ്ങന്മാർ താമ സിച്ചിരുന്നു. മഴക്കാലം ആയപ്പോഴേക്കും തണുപ്പ് സഹിക്കാൻ വയ്യാതെയായി. “അയ്യോ. എന്തൊരുമഴയാ... വല്ലാത്ത തണുപ്പ്! ഈ മഴ തോരുമെന്ന് തോന്നുന്നില്ല. ഇവിടെ എങ്ങാനും ഒതുങ്ങി ഇരിക്കാം.” എന്ന് പറഞ്ഞ് കുരങ്ങന്മാർ ഒരിടത്തിരുന്നു.

തണുപ്പ് സഹിക്കാൻ വയ്യാതായപ്പോൾ ഒരു കുരങ്ങൻ അത് വഴി വന്നൊരു മിന്നാമിനുങ്ങിനെ പിടികൂടി. അത് തീപ്പൊരിയാ ണെന്നാണ് കുരങ്ങിന്റെ കുഞ്ഞ് വിചാരിച്ചത്. അടുത്ത് കണ്ട മറ്റൊന്നിനേയും പിടിച്ചു. രണ്ടെണ്ണത്തിനേയും കുറച്ച് ഇലകൾക്ക് ഇടയിൽ വച്ച് ഊതാൻ തുടങ്ങി. ഊതിയിട്ടും ഊതിയിട്ടും തീ പോയിട്ട് പുക പോലും വരുന്നില്ല. കുരങ്ങന് ദേഷ്യം വന്നുതു ടങ്ങി. അവൻ പിന്നേയും കുറേയധികം മിന്നാമിനുങ്ങുകളെ

പിടികൂടി ഇതുപോലെ ഊതാൻ തുടങ്ങി. തീപിടിച്ച് കഴിഞ്ഞാൽ അവനും കൂട്ടുകാർക്കും തണുപ്പ് മാറ്റാൻ കഴിയുമല്ലോ! ഇതായിരുന്നു കുരങ്ങന്റെ ചിന്ത. ഇതെല്ലാം കണ്ട് മരക്കൊമ്പിലെ ചൂടുള്ള കൂട്ടിൽ സുഖമായി ഇരുന്നിരുന്ന സൂചിമുഖി എന്ന കുരുവിക്ക് ചിരിയടക്കാൻ കഴിഞ്ഞില്ല.

"എടാ മണ്ടാ നീ എത്ര ഊതിയാലും തീയുണ്ടാകില്ല. അത് തീപ്പൊരിയല്ല, മിന്നാമിനുങ്ങാ. അത് കത്തത്തില്ലടാ മണ്ടാ..." കുരങ്ങനൊന്ന് തിരിഞ്ഞുനോക്കി. പിന്നെ മിണ്ടാതെ അവൻ വീണ്ടും അവന്റെ ജോലി തുടർന്നുകൊണ്ടിരുന്നു.

"എടോ തണുപ്പ് മാറ്റാനാണെങ്കിൽ വല്ല ഗുഹയും കണ്ടുപിടിച്ച് അവിടെ പോയിരിക്ക്. മേലോട്ട് നോക്ക് മഴ ഇന്നൊന്നും തീരില്ല. ഇങ്ങനെ നനഞ്ഞാൽ ചത്തുപോകത്തേ ഉള്ളൂ."

ഇത്രയും ആയപ്പോൾ വൃദ്ധനായ കുരങ്ങച്ചൻ പറഞ്ഞു. "സൂചിമുഖീ, നീയാ പമ്പരവിഡ്ഢി. ആരെങ്കിലും നിരാശനായി പേടിച്ചിരിക്കുന്നവനെ ഉപദേശിക്കുമോ? അമളിപറ്റിയവരേയും നിരാശരേയും ഉപദേശിക്കാൻ വിവേകമുള്ളവർ പോകില്ല. അതുകൊണ്ട് നീ അടങ്ങി മിണ്ടാതിരിക്കുന്നതാ നിനക്ക് നല്ലത്."

പക്ഷേ, ഈ രസകരമായ കാഴ്ച കണ്ടിരുന്ന സൂചിമുഖിക്ക് വെറുതേയിരിക്കാൻ പറ്റുമോ? അവൾ വീണ്ടും ഉപദേശം തുടങ്ങി. വൃദ്ധന്റെ വാക്കുകൾ അവൾ അവഗണിക്കുകയും ചെയ്തു. "എടോ, ഈ പണി നിർത്തി പോവാൻ. മിന്നാമിനുങ്ങിന് ചൂടുണ്ടോ എന്നൊന്ന് തൊട്ടുനോക്കടോ..."

"ഹൊ. കുറേ നേരമായി നീയിരുന്ന് ഓരോന്ന് പറയുന്നു. നിന്നെ ഞാനിന്ന് നോക്കിക്കോ." ദേഷ്യം വന്ന കുരങ്ങൻ അവളുടെ നേരെ പാഞ്ഞു. "അയ്യോ കൊല്ലല്ലേ..." സൂചിമുഖി നിലവിളിച്ചു. ഇതാണ് പറയുന്നത് മൂഢന്മാരെ ഉപദേശിച്ചാൽ ഗുണത്തേക്കാളേറെ ദോഷമാണ് ഉണ്ടാകുക.

കുളക്കോഴിയും സമുദ്രവും

ശത്രുക്കളുടെ കരുത്തറിയാതെ ഏറ്റുമുട്ടരുതെന്ന് കേട്ടിട്ടില്ലേ? അത് മാത്രം പോര സ്വന്തം ശക്തിയും തിരിച്ചറിഞ്ഞിരിക്കണം. അതീവ ശക്തിമാനുമായി ശത്രുത ഉണ്ടാക്കിയ കുളക്കോഴിയുടെ കഥ കേട്ടിട്ടുണ്ടോ? ഇല്ലെങ്കിൽ ഇതാ കേട്ടോളൂ.

ഒരു കടൽക്കരയിലായിരുന്നു കുളക്കോഴിയുടെ കുടുംബം താമസിച്ചിരുന്നത്. കുളക്കോഴിക്ക് മുട്ടയിടുന്നതിനുള്ള സമയമായി.

“പ്രിയതമാ... എനിക്ക് മുട്ടയിടുന്നതിനുള്ള സമയമായി. അതിന് പറ്റുന്ന സ്ഥലം ഉണ്ടാക്കിത്തരുമോ?” തന്റെ ഭർത്താവിനോട് കുളക്കോഴി ആരാഞ്ഞു.

“അതിനെന്താ ഈ കടൽക്കരയിലെ മണലിൽത്തന്നെ മുട്ടയിട്ടോളൂ.” പ്രിയതമൻ മറുപടി പറഞ്ഞു.

“എന്ത് വിഡ്ഢിത്തമാണ് പറയുന്നത്? കടൽക്കരയിൽ മുട്ടയിട്ടാൽ വെളുത്തവാവിന്റെ വേലിയേറ്റത്തിന് എല്ലാം കടലെടുത്തുകൊണ്ട് പോകും. അതുകൊണ്ട് ഇവിടെ യോജിച്ച സ്ഥലമല്ല. മറ്റേതെങ്കിലും ഇടത്തേക്ക് നമുക്ക് പോകാം.”

“നീ ഇത്ര മഠയിയായിപ്പോയല്ലോ... എന്റെ കുഞ്ഞുങ്ങളെ നശിപ്പിക്കാൻ കടലിന് ധൈര്യമുണ്ടോ? തീയോട് കളിക്കുമ്പോലെയാണ് എന്നോട് കളിച്ചാലെന്ന് കടലിനറിയാം.”

"എനിക്ക് എന്താണെങ്കിലും ഭയമാണ് തോന്നുന്നത്."

"ഹാ... ആരെങ്കിലും ഉറങ്ങുന്ന സിംഹത്തെ ഉണർത്തുമോ? തോൽക്കുമെന്ന് ഭയപ്പെട്ടിട്ട് ഒളിച്ചോടുന്നവൻ ഭീരുവാണ്. അതുകൊണ്ട് നീ ഇവിടെത്തന്നെ മുട്ടയിട്. എന്താണ് സംഭവിക്കുന്നതെന്ന് കാണാമല്ലോ."

അങ്ങനെ കുളക്കോഴി കടൽത്തിട്ടയിൽത്തന്നെ മുട്ടയിട്ടു. ഇതെല്ലാം കടൽ കേൾക്കുന്നുണ്ടായിരുന്നു. കുളക്കോഴിയുടെ അഹങ്കാരം കടലിന് അത്ര രസിച്ചില്ല. കുളക്കോഴി കാല് മുകളിലോട്ടാക്കി കിടക്കുന്നത് ആകാശം താഴെ വീഴുമ്പോൾ താങ്ങാനാണെന്ന് കേട്ടിട്ടുണ്ട്. ഈ കോഴി മുട്ടയിട്ടാൽ അത് മുഴുവൻ എടുക്കണം എന്ന് കടൽ തീരുമാനിച്ചു. മുട്ടകളെല്ലാം ഇട്ടുകഴിഞ്ഞ് കുളക്കോഴികൾ ഇരതേടാൻ പോയപ്പോൾ കടൽ എല്ലാ മുട്ടകളും ഒഴുക്കിക്കൊണ്ടുപോയി. പിടക്കോഴി തിരികെ വന്നപ്പോൾ മുട്ടകളെല്ലാം കടൽ കൊണ്ടുപോയി എന്ന് മനസ്സിലാക്കി.

അത് വേലിയേറ്റ സമയമല്ല എന്ന് കുളക്കോഴിക്ക് അറിയാം. എങ്ങനെയും പ്രതികാരം ചെയ്തേ തീരൂ എന്ന് ഭർത്താവ് തീരുമാനിച്ചു. ഭാര്യ അയാളുടെ അഹങ്കാരത്തെ നന്നായി ശകാരിച്ചു, "ഞാൻ എത്ര തവണ പറഞ്ഞതാ... ദൂരെ എവിടെയെങ്കിലും പോയി മുട്ട ഇടാമെന്ന്. നിങ്ങളുടെ അഹങ്കാരമാണ് ഇതിനെല്ലാം കാരണം. നന്മ പറയുന്നവരെ അവഗണിച്ചാൽ ഇതാണ് ഫലം. നമ്മൾ ചെറിയവരാണെങ്കിലും എല്ലാവരും ഒത്തുചേർന്നാൽ കടലിനെ തോൽപ്പിക്കാൻ കഴിയും."

അവർ മറ്റുപക്ഷികളുമായി ആലോചിച്ചു. സമുദ്രം കുടിച്ച് വറ്റിക്കാൻ അവർക്ക് കഴിയില്ല. അതിനാൽ ശക്തനായ ഗരുഡന്റെ അരുകിൽ അവർ പരാതിയുമായി പോയി. "പ്രഭോ ഞങ്ങളുടെ മുട്ടകളെല്ലാം കടൽ എടുത്തുകൊണ്ട് പോയി. അതിനുള്ള ശിക്ഷ നൽകി മുട്ടകൾ വീണ്ടെടുത്ത് തരണം. ഇത് പക്ഷിരാജാവായ അങ്ങയുടെ കടമയാണ്. പ്രജകളുടെ കണ്ണീരൊപ്പേണ്ടത് രാജാവിന്റെ കടമയല്ലേ...."

ഇത് കേട്ട് ഗരുഡന് കുളക്കോഴികളോട് സഹതാപം തോന്നി. ഈ സമയത്ത് വിഷ്ണുഭഗവാന്റെ ദൂതൻ ഗരുഡനെ വിളിക്കാനായി വന്നു. ഗരുഡനാകട്ടെ ഭഗവാന്റെ അടുത്ത് പോകാൻ

കൂട്ടാക്കിയില്ല. "കണ്ടില്ലേ, എന്റെ പ്രജകൾക്ക് പറ്റിയ ദുര്യോഗം. അതിന് പരിഹാരം കണ്ടെത്താതെ എനിക്ക് മറ്റൊന്നും ചെയ്യാനാകില്ല. ഞാൻ ഭഗവാനോട് നേരിട്ട് വിവരം പറയാം. "

"രാജൻ, കടൽ കുളക്കോഴിയുടെ മുട്ടകൾ അപഹരിച്ചിരിക്കുന്നു. അത് തിരികെ ലഭിക്കാതെ എനിക്ക് സ്വസ്ഥത ഉണ്ടാകില്ല." എന്ന് ഗരുഡൻ വിഷ്ണുഭഗവാനോട് തന്റെ സങ്കടം പറഞ്ഞു. ഭഗവാൻ ഗരുഡനെ ആശ്വസിപ്പിച്ചു. ഏതിനും ഒരു വഴി ഉണ്ടല്ലോ. തുടർന്ന് ഭഗവാൻ ആഗ്നേയാസ്ത്രം തൊടുത്തു കൊണ്ട് സമുദ്രത്തോട് കുളക്കോഴിയുടെ മുട്ടകൾ തിരികെ നൽകാൻ കൽപ്പിച്ചു. ഭയചകിതനായ കടൽ അപ്പോൾ തന്നെ മുട്ടകൾ കടൽക്കരയിലെ കൂട്ടിൽ എത്തിച്ചു. ഗരുഡൻ സന്തുഷ്ടനായി. കുളക്കോഴികളുടെ കാര്യം പറയേണ്ടതില്ലല്ലോ. ശത്രു വളരെ ശക്തിമാനായാലും പ്രവർത്തിക്കേണ്ട രീതിയിൽ പ്രവർത്തിച്ചാൽ കുളക്കോഴിയെപ്പോലെ കാര്യം നേടാൻ കഴിയും.

ഭാരണ്ഡൻ എന്ന പക്ഷി

ഒരമ്മ പെറ്റ മക്കളായാലും ഒരുമ ഇല്ലാതെപോയാൽ നാശമാകും ഫലം. ഭാരണ്ഡൻ എന്ന പക്ഷിയുടെ കഥ അതാണ് പഠിപ്പിക്കുന്നത്.

ഒരു കായലിന്റെ കരയിൽ ഭാരണ്ഡൻ എന്ന പക്ഷി ഭാര്യയോടൊപ്പം താമസിക്കുകയായിരുന്നു. അവനൊരു പ്രത്യേകത ഉണ്ടായിരുന്നു. രണ്ട് തലകളും ഒരു ശരീരവുമായിരുന്നു രൂപം. അവനങ്ങനെ കടൽക്കരയ്ക്ക് മുകളിലൂടെ പറക്കുമ്പോൾ അമൃതിന് തുല്യമായൊരു പഴം കണ്ടെത്തി. ഒരു തല അത് കൊത്തി രുചിച്ച് വിഴുങ്ങി. രുചി കൊണ്ട് അവന്റെ മുഖം വികസിക്കാൻ തുടങ്ങി. "ഏതെല്ലാം തരത്തിലുള്ള പഴം ഞാൻ കഴിച്ചിട്ടുണ്ട്! പക്ഷേ, ഇതുവരെ ഇത്രയധികം രുചിയും മധുരതരവുമായ പഴം കഴിച്ചിട്ടില്ല. ഓ ഓർത്തിട്ട് രുചി മാറുന്നില്ല."

"നീ എന്താണ് ചെയ്തത്? എനിക്ക് കൂടി ആ പഴത്തിൻ കഷ്ണം തന്നിരുന്നെങ്കിൽ ഞാനും ആ പഴത്തിന്റെ രുചി ആസ്വദിക്കുമായിരുന്നു." രണ്ടാമത്തെ തല പരാതി പറഞ്ഞു.

"എന്തിന് നീ രുചിക്കണം? നമ്മൾക്ക് ഒരു വയറല്ലേ ഉള്ളൂ. വെവ്വേറെ തിന്നേണ്ട ആവശ്യമുണ്ടോ?" എന്നായി ഒന്നാമത്തെ തല.

ഇങ്ങനെ പറഞ്ഞ് മിച്ചമുണ്ടായിരുന്ന പഴക്കഷ്ണം രുചിച്ച്

നോക്കാനായി രണ്ടാമത്തെ തലയ്ക്ക് കൊടുത്തു. അവളത് രുചിച്ച് നോക്കി നന്നായിരിക്കുന്നു എന്ന് പറഞ്ഞു.

കുറേ നാളുകൾക്കുശേഷം രണ്ടാമത്തെ തലയ്ക്ക് ഒരു വിഷപ്പഴം കിട്ടി. കഴിഞ്ഞ സംഭവം അവന് വല്ലാത്ത വേദന ഉണ്ടാക്കിയിരുന്നു. അതുകൊണ്ട് ഈ പഴം കിട്ടിയപ്പോൾ അവൻ ഒന്നാമത്തെ തലയോട് പറഞ്ഞു.

“ഇതാ ഈ വിഷപ്പഴം ഞാൻ കഴിക്കാൻ പോകുകയാണ്. എന്നെ നീ അപമാനിച്ചതിനുള്ള ശിക്ഷയാണിത്.”

“അരുത്. പരമവിഡ്ഢിത്തമാണത്. നമ്മൾ രണ്ട് പേരും ചത്തുപോകുമെന്നുള്ളത് ഉറപ്പാണ്. ”

രണ്ടാമത്തെ തലയ്ക്ക് പക ഉള്ളിൽ നീറി. അവൻ ആ പഴം ഒറ്റ വിഴുങ്ങ്. വിഷപ്പഴം ഉള്ളിലെത്തി രണ്ടുപേരും ചത്തുപോകുകയും ചെയ്തു. യോജിപ്പില്ലെങ്കിൽ സ്വയം നാശം വിളിച്ചുവരുത്തുകയാകും ഫലം. ശരിയല്ലേ?

ധർമ്മബുദ്ധിയും പാപബുദ്ധിയും

നമ്മെ വിശ്വസിക്കുന്ന സുഹൃത്തുക്കളെ ഒരിക്കലും ചതിക്കരുത്. പണമോ പദവിയോ മോഹിച്ച് സുഹൃത്തിനെ ചതിക്കുന്നവൻ എന്നായാലും പിടിക്കപ്പെടും. ഇത്തരം ചതിയന്മാർക്ക് അവർ അർഹിക്കുന്ന ശിക്ഷ ലഭിക്കുകയും ചെയ്യും. പാപബുദ്ധിക്കും ഇതുതന്നെയാണ് സംഭവിച്ചത്. പാപബുദ്ധി എന്ത് ചെയ്തു എന്ന് അറിയേണ്ടേ?

ഒരു നഗരത്തിൽ രണ്ട് കൂട്ടുകാർ ഉണ്ടായിരുന്നു. ഒരാൾ പാപബുദ്ധിയും മറ്റേയാൾ ധർമ്മബുദ്ധിയും. ഒരിക്കൽ പാപ ബുദ്ധി ധർമ്മബുദ്ധിയോട് പറഞ്ഞു, "നമ്മൾ എന്തിനാണ് ഇങ്ങനെ ദാരിദ്ര്യം കൊണ്ട് കഷ്ടപ്പെടുന്നത്? നമുക്ക് വല്ല നാട്ടിലും പോയി ധാരാളം പണം സമ്പാദിക്കാം. പല നാടുകളിലും പോയി പല ഭാഷകളും പലവേഷങ്ങളും കണ്ട് ധനം സമ്പാദിച്ചു മടങ്ങിയാൽ വയസ്സുകാലത്ത് പേരക്കിടാങ്ങൾക്ക് കഥ പറഞ്ഞുകൊടുത്തു സുഖമായി ജീവിക്കാമല്ലോ."

"അതു കൊള്ളാം. നല്ല ആശയം," ധർമ്മബുദ്ധി സമ്മതിച്ചു. അങ്ങനെ അവർ യാത്രയായി. പലനാടുകളിലും കറങ്ങി. ധർമ്മ ബുദ്ധിയുടെ സ്വഭാവഗുണവും കഠിനപ്രയത്നവുംകൊണ്ട് രണ്ടുപേരും ധാരാളം പണം സമ്പാദിച്ചു. കുറേക്കാലത്തിനു ശേഷം രണ്ടുപേരും നാട്ടിലേക്ക് മടങ്ങി. വീട്ടിലേക്കുള്ള വഴിയിൽ

കാട്ടിൽവെച്ച് പാപബുദ്ധി ധർമ്മബുദ്ധിയോട് പറഞ്ഞു: "അല്ല, നമ്മൾ എങ്ങനെ ഈ പണം വീട്ടിലേക്ക് കൊണ്ടുപോകും? നമ്മുടെ കൈയിൽ പണമുണ്ടെങ്കിൽ ബന്ധുക്കളൊക്കെ ചോദിക്കില്ലേ? നമുക്കിത് വനത്തിൽ ഒളിച്ചുവയ്ക്കാം. എന്നിട്ട് ആവശ്യം വരുമ്പോൾ വന്ന് എടുക്കാം." "അത് നല്ല കാര്യമാണ്. എനിക്കും എതിർപ്പില്ല." ധർമ്മബുദ്ധി പറഞ്ഞു. അങ്ങനെ അവർ പണമൊക്കെ അവിടെ കുഴിച്ചിട്ടിട്ട് സ്വന്തം വീടുകളിലേക്ക് പോയി കുടുംബാംഗങ്ങളുമായി ഒത്തുചേർന്നു.

എന്നാൽ അടുത്തദിവസം രാത്രി ആരുമറിയാതെ പാപ ബുദ്ധി കാട്ടിൽ പോയി കുഴിച്ചിട്ട പണം മുഴുവനുമെടുത്ത് സ്വന്തം വീട്ടിൽ കൊണ്ടുപോയി. കുറച്ചുദിവസം കഴിഞ്ഞു പാപബുദ്ധി ധർമ്മബുദ്ധിയുടെ വീട്ടിൽ പോയി കൈയിലെ പണം തീർന്നതുകൊണ്ട് കാട്ടിൽ ഒളിച്ചുവച്ച പണം എടുക്കാം എന്നു പറഞ്ഞു. രണ്ടുപേരും ഒരുമിച്ച് കാട്ടിൽ പോയി കുഴിച്ചിട്ട സ്ഥലത്ത് കിളച്ചു നോക്കിയപ്പോൾ വെറും തുണിക്കെട്ട് മാത്രമേ കണ്ടുള്ളൂ. സ്തബ്ധനായിനിന്ന ധർമ്മബുദ്ധിയെ നോക്കി പാപബുദ്ധി പറഞ്ഞു, "എടാ കള്ളാ നീ എന്റെ പങ്കും കൂടി അപഹരിച്ചുവല്ലേ? നീയല്ലാതെ ഈ പണം ആരും എടുക്കാൻ വഴിയില്ല."

"നീ എന്താണ് ഈ പറയുന്നത്? ഞാൻ അത് എടുത്തിട്ടില്ല. ഞാൻ അങ്ങനെ ചെയ്യുകയുമില്ല." അങ്ങനെ രണ്ടുപേരും ന്യായാധിപന്റെ അടുത്തെത്തി പരസ്പരം കുറ്റപ്പെടുത്തി. "അങ്ങുന്നെ, സാക്ഷികളായ വൃക്ഷദേവതമാർ ഉണ്ട്. അവരോട് ചോദിച്ചാൽ യഥാർത്ഥത്തിൽ പണമെടുത്തത് ആരാണെന്ന് അറിയാം." പാപബുദ്ധി പറഞ്ഞു. ന്യായാധിപനും അത് സമ്മത മായി. ഇതിനിടയിൽ പാപബുദ്ധി തന്റെ അച്ഛനെ കാട്ടിൽ പണം കുഴിച്ചിട്ടിരുന്ന സ്ഥലത്തിന് അടുത്തുള്ള ഒരു മരപ്പൊത്തിൽ ഒളിപ്പിച്ചു ഇരുത്തിയിരുന്നു. എന്നിട്ട് ന്യായാധിപൻ വന്ന് ചോദിക്കുമ്പോൾ ധർമ്മബുദ്ധിയാണ് കള്ളനെന്ന് വിളിച്ചു പറയണമെന്ന് ചട്ടം കെട്ടി. ഇതെല്ലാം ഏർപ്പാട് ചെയ്ത ശേഷം പാപബുദ്ധി, ധർമ്മബുദ്ധിയെയും ന്യായാധിപനേയും

രക്ഷാധികാരികളേയും കൂട്ടി കാട്ടിലെത്തി.

മരത്തിന് അടുത്തുചെന്ന് പാപബുദ്ധി ഉച്ചത്തിൽ ചോദിച്ചു: "അല്ലയോ വനദേവതേ പറയൂ, ഞങ്ങളിൽ ആരാണ് കള്ളൻ? ഞങ്ങളിൽ ആരാണ് കള്ളൻ?"

അപ്പോൾ എല്ലാവരെയും അത്ഭുതപ്പെടുത്തി മരം ഉച്ചത്തിൽ വിളിച്ചുപറഞ്ഞു: "ധർമ്മബുദ്ധിയാണ് കള്ളൻ. അവനാണ് പണം മോഷ്ടിച്ചത്." ന്യായാധിപൻ അത് വിശ്വസിച്ച് ധർമ്മബുദ്ധിക്ക് എന്ത് ശിക്ഷ നൽകണമെന്ന് ആലോചിച്ചുതുടങ്ങി. "എന്നെ വെറുതെ കുറ്റക്കാരനാക്കാനാണല്ലോ നോക്കുന്നത്. ഇല്ല ഇതിന്റെ സത്യാവസ്ഥ ഞാൻ തെളിയിക്കും." എന്ന് ധർമ്മബുദ്ധി ആത്മഗതം ചെയ്തു. അയാൾക്ക് ഒരു ഉപായം തോന്നി.

പെട്ടെന്ന് ധർമ്മബുദ്ധി ഉണക്ക ചുള്ളികൾ മരത്തിനു ചുറ്റും ഇട്ട് തീ കത്തിച്ചു. തീ ആളിക്കത്താൻ തുടങ്ങി. അപ്പോൾ മരത്തിൽനിന്നും കണ്ണും തുറിച്ച് നിലവിളിച്ചുകൊണ്ട് പാപബുദ്ധിയുടെ അച്ഛൻ പുറത്തേക്ക് ചാടി. പേടിച്ചരണ്ട അയാൾ പറഞ്ഞു, "എന്നോട് ക്ഷമിക്കണേ. ഇതെല്ലാം എന്റെ മകൻ പാപബുദ്ധി എന്നെകൊണ്ട് ചെയ്യിച്ചതാണ്. മാപ്പാക്കണേ..." ഉടനെ രാജകിങ്കരന്മാർ പാപബുദ്ധിയെ പിടികൂടി മരത്തിൽ കെട്ടിത്തൂക്കി. കണ്ടില്ലേ ചതിക്കാൻ നോക്കിയ ദുരാഗ്രഹിയുടെ ദുരവസ്ഥ!

മണികെട്ടിയ ഒട്ടകം

നമ്മുടെ പ്രിയപ്പെട്ടവർ പറയുന്നത് അനുസരിക്കണം. അതുമൂലം നന്മയേ സംഭവിക്കുകയുള്ളൂ. എന്നാൽ അഹങ്കാരം കൊണ്ട് നല്ലവർ പറയുന്നത് കേട്ടില്ലെങ്കിൽ മണികെട്ടിയ ഒട്ടകത്തെപ്പോലെ നാശം വിളിച്ചു വരുത്തുകയാകും ചെയ്യുക.

ഒരു ഗ്രാമത്തിൽ ഉജ്ജ്വലകൻ എന്നൊരു ശില്പി ഉണ്ടായിരുന്നു. കഠിനമായി ജോലി ചെയ്തിട്ടും അയാളുടെ വീട്ടിലെ ദാരിദ്ര്യം വിട്ടുമാറിയതേയില്ല. തന്റെ പ്രയത്നങ്ങളെല്ലാം വെറുതെയാകുകയാണല്ലോ എന്ന് ചിന്തിച്ച് അയാൾ വിഷമിച്ചു. ഇനി ഈ നാട്ടിൽ നിന്നിട്ട് കാര്യമില്ല, മറ്റേതെങ്കിലും നാട്ടിൽ പോയി പണി ചെയ്യുന്നതാകും ഉചിതം എന്ന് ചിന്തിച്ച് അയാൾ ജോലി തേടി യാത്രയായി.

ഒരു കാട്ടിലൂടെയാണ് യാത്ര. സൂര്യൻ പടിഞ്ഞാറ് മറയുന്ന സമയം. എവിടെയെങ്കിലും സുരക്ഷിതമായ സ്ഥലത്ത് കിടക്കണമല്ലോ എന്ന് ചിന്തിച്ച് നടക്കുമ്പോഴാണ് ഗർഭിണിയായ ഒരു ഒട്ടകത്തെ അയാൾ കണ്ടത്. നേരം വെളുത്ത് നോക്കുമ്പോഴേക്കും ഒട്ടകം പ്രസവിച്ചിരുന്നു. ഒട്ടകത്തേയും കുട്ടിയേയും കൂട്ടി അയാൾ വീട്ടിലേക്ക് തിരിച്ചുപോന്നു. വീട്ടിലെത്തിയ ഉടൻ ഒട്ടകത്തെ ഒരു കയറെടുത്തു കെട്ടിയിട്ടു. പിന്നെ അവയ്ക്ക് തീറ്റതേടി കാട്ടിലേക്ക് പോയി. വലിയൊരു കെട്ട് തളിരിലയുമായിട്ടാണ്

അയാൾ തിരിച്ചുവന്നത്. ഒട്ടകം അവ സന്തോഷത്തോടെ തിന്നുകയും ചെയ്തു. എന്നും നല്ല തീറ്റ കിട്ടിയതോടെ ഒട്ടകം കൊഴുത്തു കൊഴുത്തു വന്നു. ഒട്ടകക്കുട്ടി ആകട്ടെ നല്ലൊരു ഒട്ടകം ആയി വളരുകയും ചെയ്തു. പിന്നീട് ഒട്ടകത്തിന്റെ പാലു കറന്നു വിറ്റാണ് അയാൾ കുടുംബം പോറ്റിയിരുന്നത്.

കുഞ്ഞായിരിക്കുമ്പോഴേ എടുത്ത് ലാളിച്ചു വളർത്തിയ ഒട്ടകക്കുഞ്ഞിനോട് അയാൾക്ക് പ്രത്യേക വാത്സല്യം ഉണ്ടായിരുന്നു. അതിന്റെ കഴുത്തിൽ സ്നേഹ സൂചനയായി ചെറിയൊരു മണി കെട്ടിയിട്ടിരുന്നു. ഒരുദിവസം ഉജ്ജ്വലകൻ ഭാര്യയോട് പറഞ്ഞു, "നമുക്ക് ഒട്ടകങ്ങളെ വളർത്തുന്ന തൊഴിൽ ചെയ്താലെന്താ? ഈ ഒട്ടകങ്ങൾ മൂലമല്ലേ നമ്മൾ സുഖമായി കഴിയുന്നത്?"

"അത് ശരിയാണ്, തീറ്റ നൽകുന്ന കാര്യം ഒക്കെ ഞാനേറ്റു." ഭാര്യ പറഞ്ഞു. അങ്ങനെ ഒരു ഒട്ടകത്തെക്കൂടി വാങ്ങാൻ അയാൾ തീരുമാനിച്ചു. പിന്നീട് അവരുടെ വീട്ടിലേക്ക് പുതിയ പുതിയ ഒട്ടകങ്ങൾ ഓരോന്നായി വന്നു തുടങ്ങി. ആവശ്യത്തിന് പാലും അത് വിറ്റ് കിട്ടുന്ന പണവും കൊണ്ട് കൂടുതൽ ഒട്ടകങ്ങളെ വാങ്ങി. ഇപ്പോൾ ആ പ്രദേശത്ത് ഏറ്റവും വലിയ ഒട്ടക കൂട്ടങ്ങളുടെ ഉടമയായി ഉജ്ജ്വലകൻ. ഇങ്ങനെയൊക്കെയാണെങ്കിലും തന്റെ വീട്ടിലേക്ക് ആദ്യം കൊണ്ടുവന്ന ഒട്ടകവും മകനും അദ്ദേഹത്തിന് പ്രിയപ്പെട്ടവരായിരുന്നു. ഈ ഐശ്വര്യത്തിനെല്ലാം കാരണം ഇവരാണല്ലോ!

മണികെട്ടി വലിയ ഗമയിലാണ് ഒട്ടകക്കുട്ടന്റെ നടപ്പ്. ഒട്ടകക്കൂട്ടത്തിന്റെ നായകനായിട്ടാണ് അവൻ നടിക്കുന്നത്. ഒരു ദിവസം ഒട്ടകങ്ങൾ കാടിനടുത്തേക്ക് മേയാൻ പോയി. വയറു നിറയെ ഇലയും വള്ളികളും കഴിച്ച് സന്ധ്യ ആയപ്പോഴേക്കും വീട്ടിലേക്ക് മടങ്ങുകയായിരുന്നു.

മണികെട്ടിയ ഒട്ടകം ഏറ്റവും പിറകിൽ തുള്ളിച്ചാടി വരുന്നതുകണ്ട് ഒട്ടകങ്ങൾ പറഞ്ഞു: "നിനക്ക് ബുദ്ധിയില്ലേ? കാട്ടിൽ സിംഹവും പുലിയും ഉണ്ട്. ഇങ്ങനെ ബഹളം വെച്ച് നടന്നാൽ അവയുടെ പിടിയിൽപ്പെടും. കഴുത്തിലെ മണി നിന്നെ ഒറ്റുകൊടുക്കുകയും ചെയ്യും. വേഗം നടന്ന് ഞങ്ങളോടൊപ്പം വരൂ."

ഇത് ഒട്ടകക്കുട്ടന് ഇഷ്ടപ്പെട്ടില്ല, അവൻ പറഞ്ഞു, “വെറുതെ പേടിപ്പിക്കാതെ. ഏത് സിംഹവും എന്റെ മണിയുടെ ശബ്ദം കേട്ടാൽ ഒന്ന് ഭയക്കും.” പക്ഷേ, മണി ശബ്ദം കേട്ട് ഒരു സിംഹം ഇതിനകം തന്നെ അവരുടെ അടുത്ത് എത്തിയിരുന്നു. അവൻ തക്കം പാർത്തിരിക്കുകയായിരുന്നു. കൂട്ടത്തിൽനിന്ന് ഒറ്റതിരിഞ്ഞു നിന്ന ഒട്ടകക്കുട്ടന് ഇപ്പോൾ വഴിയും പിഴച്ചു. എങ്ങോട്ട് പോകണമെന്നറിയാതെ അവൻ പകച്ചുനിന്നു. സിംഹത്തിന് ഇതുതന്നെയാണ് പറ്റിയ അവസരം എന്ന് മനസ്സിലായി. അവൻ ഒറ്റച്ചാട്ടത്തിന് ഒട്ടകത്തിന്റെ കഥ കഴിച്ചു. നന്മയുള്ള അവന്റെ കൂട്ടുകാർ പറഞ്ഞത് അനുസരിച്ചിരുന്നെങ്കിൽ മണികെട്ടിയ ഒട്ടകത്തിന് ഈ ഗതി വരുമായിരുന്നോ? ഒന്നാലോചിച്ചുനോക്കൂ.

മന്ദവിസർപ്പിണിയും അഗ്നിമുഖനും

സ്വഭാവം നന്നല്ലാത്തവരുമായി കൂട്ടുകൂടരുത്. അങ്ങനെ ചെയ്താൽ നാമറിയാതെ ആപത്തിൽ ചെന്നുചാടും. സംശയമുണ്ടെങ്കിൽ മന്ദവിസർപ്പിണിയുടെയും അഗ്നിമുഖന്റെയും കഥ കേട്ടോളൂ.

രാജകൊട്ടാരത്തിൽ രാജാവ് ഉറങ്ങുന്ന മുറിയാണ് പള്ളിയറ. രാജാവിന്റെ പള്ളിയറയിൽ കടന്നുകൂടി ദീർഘനാളായി താമസിച്ചുവരികയായിരുന്നു മന്ദവിസർപ്പിണി എന്ന വെള്ളപ്പേൻ. രാജ്യകാര്യങ്ങളെല്ലാം നോക്കി വളരെ വൈകിയാണ് രാജാവ് കിടക്കയിൽ വന്ന് കിടക്കുന്നത്. രാജാവ് ഉറങ്ങി എന്ന് ഉറപ്പാകുമ്പോൾ കിടക്കയിലെ വിരിപ്പിൽ ഒളിച്ചിരിക്കുന്ന പേൻ മെല്ലെ വന്ന് രക്തം കുടിച്ച് സംതൃപ്തയായി തിരിച്ചുപോകും. നല്ല ഉറക്കത്തിൽ ആയതിനാൽ രാജാവിതൊട്ട് അറിയാറുമില്ല.

അങ്ങനെയിരിക്കെ അഗ്നിമുഖൻ എന്ന് പേരായ ഒരു മൂട്ട ഈ കിടക്കയിൽ കടന്നുകൂടി. ഇത് കണ്ട് മന്ദവിസർപ്പിണി പരിഭ്രമിച്ചു. അവൾ പറഞ്ഞു: "ഇത് അപകടമാണ്. നീ എന്തിന് ഇങ്ങോട്ട് വന്നു?"

"ഇവിടെ നല്ല സുഖമാണ്. ആരും കണ്ടുപിടിക്കുകയും ഇല്ല." അഗ്നിമുഖൻ പറഞ്ഞു.

"നീ വിചാരിക്കുന്നത് പോലെയല്ല. എല്ലാദിവസവും

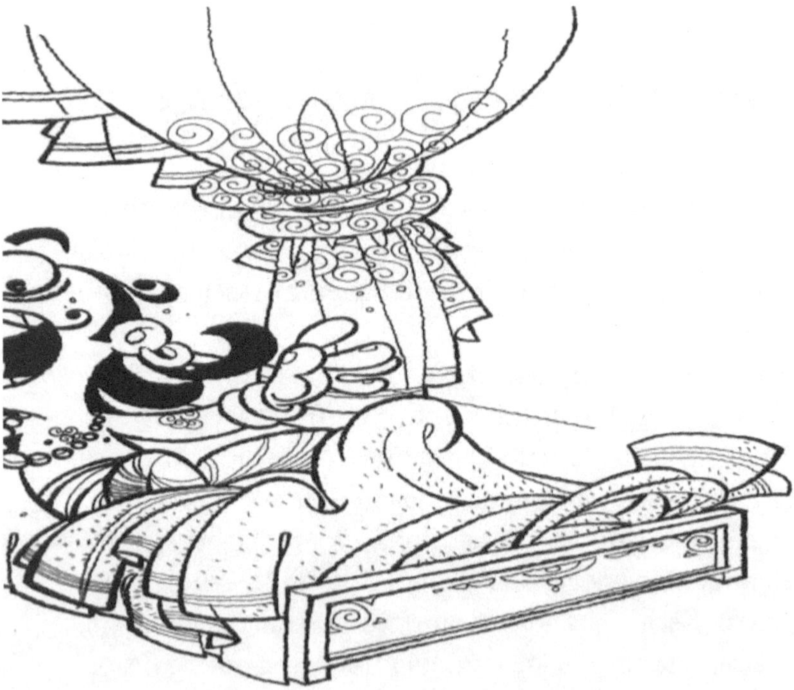

ഭൃത്യന്മാർ ഇവിടം വൃത്തിയാക്കും. അവർ നമ്മളെ കണ്ടു പിടിക്കുകയും ചെയ്യും. ഞാൻ തന്നെ വളരെ സൂക്ഷിച്ചാണ് കഴിയുന്നത്. എനിക്ക് നിന്നെപ്പോലെ പെട്ടെന്ന് ഓടിമറയാൻ കഴിയില്ല. അതുകൊണ്ട് വളരെ രാത്രി ആയതിനുശേഷം മാത്രമേ ഞാൻ രക്തം കുടിക്കാൻ ശ്രമിക്കുകയുള്ളൂ."

"ഞാൻ പലരുടെയും രക്തം കുടിച്ചിട്ടുണ്ട്. എന്നാൽ രാജാവിന്റെ രക്തം കുടിക്കാൻ ഇതുവരെ അവസരം ലഭിച്ചിട്ടില്ല." അഗ്നിമുഖൻ പറഞ്ഞു.

മന്ദവിസർപ്പിണി പറഞ്ഞു: "അഗ്നിമുഖാ... നീ എടുത്തു ചാട്ടക്കാരനാണ്. ക്ഷമയും ഇല്ല."

എന്നാൽ രാജാവ് ഉറങ്ങുന്ന സമയത്ത് മാത്രമേ രക്തം കുടിക്കാൻ പുറപ്പെടുകയുള്ളൂ എന്ന് അഗ്നിമുഖൻ ഉറപ്പു നൽകിയതിനെത്തുടർന്ന് ഇരുവരും കിടക്കയ്ക്ക് അടിയിലേക്ക് പിൻവലിഞ്ഞു. പതിവുപോലെ രാജാവ് ഉറങ്ങാനായി കിടക്കയിൽ കിടന്നു. രാജാവിന്റെ സാമീപ്യം അറിഞ്ഞതുമുതൽ മൂട്ടയ്ക്ക് ഇരിക്കപ്പൊറുതി ഇല്ലാതെയായി. രാജാവാകട്ടെ ഉറക്കം വരാതെ തിരിഞ്ഞും മറിഞ്ഞും കിടക്കുകയായിരുന്നു. ഈ സമയം മൂട്ടയ്ക്ക് കൊതി അടക്കാനായില്ല. എന്തും വരട്ടെ എന്നു കരുതി അവൻ രാജാവിന്റെ പിൻകഴുത്തിന് പിറകിൽ കടിച്ച് രക്തം കുടിക്കാൻ തുടങ്ങി. കടിയേറ്റതും രാജാവ് ചാടിയെഴുന്നേറ്റു. കോപിഷ്ഠനായ അദ്ദേഹം തന്റെ കിടക്കയിൽ കടന്നുകൂടിയ ജീവിയെ കണ്ടെത്താൻ ആജ്ഞാപിച്ചു. ഭൃത്യന്മാർ ഓടിയെത്തി വിരിപ്പ് മാറ്റിത്തുടങ്ങി. തിരിച്ചും മറിച്ചും നോക്കി. മൂട്ടയാകട്ടെ വേഗം ചാടി കട്ടിലിലെ മടക്കിൽ ഒളിച്ചു. മൂട്ടയെപ്പോലെ പെട്ടെന്ന് ഓടി ഒളിക്കാൻ പേനിന് കഴിയില്ല. വിരിപ്പിന്റെ ചുളുവിൽ ഒളിച്ചിരുന്ന വെള്ള പേനിനെ അവർ കണ്ടെത്തി. ഇതു തന്നെയാകും രാജാവിനെ കടിച്ചത് എന്ന് ഉറപ്പിച്ച് ഭൃത്യന്മാർ മന്ദവിസർപ്പിണിയെ കൊന്നുകളഞ്ഞു.

നീചന്മാർക്ക് അഭയം കൊടുത്താൽ ആപത്താണ് എന്ന് മനസ്സിലായില്ലേ?

സിംഹം വളർത്തിയ കുറുക്കൻ

കുറുക്കൻ കുഞ്ഞ് സിംഹത്തിന് മുന്നിൽപ്പെട്ടാൽ എന്താ യിരിക്കും സംഭവിക്കുക? സംശയമെന്താ, കുറുക്കന്റെ കഥ കഴി ഞ്ഞതുതന്നെ. എന്നാൽ നമ്മുടെ ഈ കഥയിൽ സിംഹം കുറുക്കൻ കുഞ്ഞിനെ വളർത്തുകയാണ് ചെയ്യുന്നത്. അങ്ങനെ യെങ്കിൽ ഒടുവിൽ എന്താകും സംഭവിക്കുക?

പണ്ടൊരു കാട്ടിൽ ഒരാൺസിംഹം മദിച്ചുവാണിരുന്നു. അവന് ഭാര്യയും രണ്ട് സിംഹക്കുഞ്ഞുങ്ങളുമുണ്ട്. പെൺസിംഹം കുഞ്ഞുങ്ങളെ പ്രസവിച്ചു കിടക്കുമ്പോഴാണ് കുറുക്കൻ കുടുംബ ത്തിലേക്ക് കടന്നുവരുന്നത്. പ്രസവിച്ചുകിടക്കുന്ന പെൺസിംഹ ത്തിനും കുഞ്ഞുങ്ങൾക്കും വേണ്ടി ഇരതേടി ഇറങ്ങിയതാ യിരുന്നു സിംഹം. അന്ന് ഒന്നും കിട്ടിയില്ല. നിരാശനായി അവൻ ഗുഹയിലേക്ക് നടക്കുമ്പോഴാണ് വഴിയിൽ ഒരു കുറുക്കൻ കുഞ്ഞ് കിടക്കുന്നത് കണ്ടത്. അടിച്ചുകൊല്ലാൻ തുടങ്ങിയതാണ് സിംഹം. പക്ഷേ, കുഞ്ഞ് സിംഹത്തെ ദയനീയമായി നോക്കി. അത് കണ്ടപ്പോൾ സിംഹത്തിന്റെ മനസ്സ് അലിഞ്ഞു. പെട്ടെന്ന് തന്റെ കുഞ്ഞുങ്ങളെ സിംഹത്തിന് ഓർമ്മ വന്നു. അവനെ കൊല്ലണ്ട എന്ന് സിംഹം തീരുമാനിച്ചു. സിംഹിക്ക് കൊടുക്കാം

അവൾ വേണമെങ്കിൽ കൊന്ന് തിന്നോട്ടെ. കുഞ്ഞിനെ സിംഹം ഭാര്യക്ക് കൊടുത്തു. വേണമെങ്കിൽ കൊല്ലാം എന്നും പറഞ്ഞു. എന്നാൽ കുഞ്ഞിനെ കൊല്ലാൻ അവൾക്കും മനസ്സുവന്നില്ല. കുഞ്ഞുങ്ങൾക്കൊപ്പം അവനെ വളർത്താൻ തീരുമാനിച്ചു.

പെൺസിംഹം തന്നെ അവനെ മുലയൂട്ടുകയും ഭക്ഷണം നൽകുകയും ചെയ്തു. രണ്ട് സിംഹക്കുഞ്ഞുങ്ങളും കുറുക്കനും ഒന്നിച്ചു വളർന്നു വലുതായി. കുറുക്കൻ വേറെ ജാതിയിൽ പെട്ടവനാണെന്ന് സിംഹക്കുഞ്ഞുങ്ങൾക്ക് അറിയില്ലായിരുന്നു. ഒരു ദിവസം മൂവരും കൂടി നടക്കാൻ ഇറങ്ങി. കുറെ ദൂരം ചെന്നപ്പോൾ അതാ ഒരു ആന. ആനയെ കണ്ടതും സിംഹക്കുഞ്ഞുങ്ങൾ ക്രുദ്ധരായി ആനയുടെ നേരെ ചീറിയടുത്തു. എന്നാൽ കുറുക്കനാകട്ടെ ഭയന്നുപോയി. അവൻ വിളിച്ചു പറഞ്ഞു, “ആനയുടെ നേരെ പോവല്ലേ... അവൻ വലിയവൻ ആണ്. അവൻ നമ്മളെ കൊല്ലും. ഓടിക്കോ....” ഇത്രയും പറഞ്ഞ് അവൻ ഓടി വീട്ടിലെത്തി.

കൂട്ടത്തിലൊരാൾ പേടിച്ച് ഓടിയതോടെ സിംഹക്കുഞ്ഞുങ്ങളുടെ ഉത്സാഹം നഷ്ടപ്പെട്ടു. അവരും വീട്ടിലേക്കു മടങ്ങി. വീട്ടിലെത്തി ഇരുവരും അച്ഛനോടും അമ്മയോടും പറഞ്ഞു, “ഞങ്ങൾ ഒരു ആനയെ തോൽപ്പിക്കാൻ തുടങ്ങുകയായിരുന്നു. പക്ഷേ, ചേട്ടൻ പേടിത്തൊണ്ടൻ ആയിപ്പോയി. ആനയെ കണ്ടതും ചേട്ടൻ പേടിച്ചു കൊണ്ട് ഓടി.” ഇതുകേട്ട് കുറുക്കന് ദേഷ്യം വന്നു. “ഞാൻ പേടിത്തൊണ്ടനല്ല. എനിക്ക് ആരെയും പേടിയില്ല. സൗന്ദര്യംകൊണ്ടും ധൈര്യംകൊണ്ടും ഞാൻ ആരുടെയും പിന്നിലല്ല.”

ഇത് കേട്ട് പെൺസിംഹം കുറുക്കനെ ദൂരെ മാറ്റി നിർത്തി പറഞ്ഞു: “നീ ധൈര്യവും സൗന്ദര്യവും ഒത്തിണങ്ങിയവൻ തന്നെ. പക്ഷേ, നീ ഒരു കുറുക്കൻ കുഞ്ഞാണ്. നിന്റെ കുലത്തിന് ആനയെ നേരിടാനുള്ള കഴിവില്ല. ഞാൻ ദയ വിചാരിച്ചു നിന്നെ വളർത്തിയതാണ്. മറ്റ് രണ്ട് പേരും കുഞ്ഞുങ്ങളായതിനാൽ നീ

സിംഹമല്ല എന്ന് അവർക്ക് മനസ്സിലായിട്ടില്ല. അവരത് മനസ്സിലാക്കുന്നതിന് മുൻപ് പോകുന്നതാണ് നല്ലത്. കുഞ്ഞുങ്ങൾ വലുതായാൽ കഥ കഴിഞ്ഞതുതന്നെ."

ഇത് കേട്ട കുറുക്കൻ പതുക്കെ ആരും കാണാതെ ഓടിപ്പോയി മറ്റ് കുറുക്കന്മാർക്കൊപ്പം ചേർന്നു.

ഖരനഖരനും ദധിപുഛനും

സംസാരിക്കുന്ന ഗുഹയെക്കുറിച്ച് കേട്ടിട്ടുണ്ടോ? ഖരനഖരൻ എന്ന സിംഹവും ദധിപുഛൻ എന്ന കുറുക്കനുമാണ് ഈ കഥയിലെ കഥാപാത്രങ്ങൾ. ഒരുദിവസം സിംഹം ഇര തേടി ഇറങ്ങി. പകൽ മുഴുവൻ ചുറ്റിക്കറങ്ങിയിട്ടും വിശപ്പടക്കാൻ പറ്റിയ ജീവികളെ ഒന്നും കണ്ടില്ല. ഒടുവിൽ സന്ധ്യ ആയി. വിശന്ന് തളർന്ന് സിംഹം ഗുഹയിൽ എത്തിച്ചേർന്നു. അവിടെയിരുന്ന് അവൻ ചിന്തിച്ചു "കഷ്ടം തന്നെ. പകൽ മുഴുവൻ അലഞ്ഞിട്ടും ഒരു മുയലിനെപ്പോലും കിട്ടിയില്ലല്ലോ. ഇനി എന്ത് ചെയ്യാൻ! ഈ ഗുഹയിൽ താമസക്കാരുണ്ടോ എന്ന് നോക്കാം. ഇരതേടിപ്പോയവർ തിരിച്ചെത്താതിരിക്കില്ല. അതുവരെ ഇവിടെ ഇരിക്കാം. ഏറെ നേരം കഴിഞ്ഞില്ല, ഗുഹയുടെ ഉടമസ്ഥൻ തിരികെയെത്തി. വേറാരുമല്ല, ദധിപുഛൻ എന്ന കുറുക്കൻ തന്നെയായിരുന്നു അത്.

രാവിലത്തെ ചുറ്റിക്കറക്കം കഴിഞ്ഞു ഗുഹയിലെത്തി ഉറങ്ങാനുള്ള തയ്യാറെടുപ്പിലായിരുന്നു അവൻ. ഗുഹയ്ക്കുള്ളിൽ തന്നെ കാത്തിരിക്കുന്ന അപകടത്തെ പറ്റി സാധാരണക്കാർക്ക് മനസ്സിലാകില്ലായിരുന്നു. എന്നാൽ ദധിപുഛൻ ബുദ്ധിമാനായിരുന്നു. പരിസരം നിരീക്ഷിച്ചതിൽനിന്നും അവൻ ഒരു കാര്യം കണ്ടുപിടിച്ചു. സിംഹത്തിന്റെ കാൽപ്പാടുകൾ! കാൽപ്പാടുകൾ

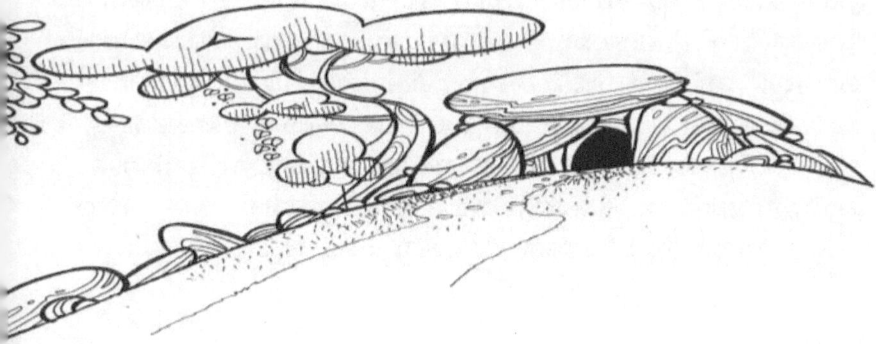

ഗുഹയിലേക്ക് മാത്രമാണ് പോകുന്നതെന്നും അവ തിരികെ പോയതായി കാണുന്നില്ലെന്നും അവൻ തിരിച്ചറിഞ്ഞു. ഗുഹയിൽ കയറിയ സിംഹം തിരിച്ചു പോയിട്ടില്ല എന്ന് അവന് മനസ്സിലായി. പക്ഷേ, അകത്ത് സിംഹം തന്നെയാണ് എന്ന് ഉറപ്പിക്കാനും സാധിക്കുന്നില്ല. ഏതായാലും ഒരു ഉപായം പ്രയോഗിച്ച് നോക്കാം എന്നവൻ തീരുമാനിച്ചു.

അവൻ ഉപായം ആലോചിച്ചു. പെട്ടെന്ന് അവൻ ഉറക്കെ അവിടെനിന്ന് ഗുഹയെ വിളിക്കാൻ തുടങ്ങി. "അല്ലയോ ഗുഹയേ... നമ്മൾ തമ്മിലുള്ള കരാർ നീ മറന്നു അല്ലെ? എവിടെപ്പോയി വന്നാലും ഞാൻ നിന്നെ വിളിക്കണമെന്നും നീ മറുപടി നൽകുമെന്നും ആണല്ലോ കരാർ. ഇപ്പോൾ ഞാൻ വിളിച്ചിട്ട് നിനക്ക് അനക്കംപോലും ഇല്ലല്ലോ. എങ്കിൽ ഞാൻ താമസം മാറി മറ്റെവിടേക്കെങ്കിലും പോകും കേട്ടോ?"

അകത്തിരുന്ന് ഇതുകേട്ട സിംഹം ആശയക്കുഴപ്പത്തിലായി. "എല്ലാദിവസവും ഇവനെ വിളിച്ചുകയറ്റുന്ന ഗുഹ ഇന്ന് എന്നെ പേടിച്ചായിരിക്കും മിണ്ടാതെ ഇരിക്കുന്നത്. പേടിച്ചവന്റെ ശബ്ദം ഉയരുകയില്ലല്ലോ" സിംഹത്തിന് ഒരു ബുദ്ധി തോന്നി. അവൻ ഉറക്കെ വിളിച്ചുപറഞ്ഞു, "കടന്നു വരൂ... ഞാൻ കാത്തിരിക്കുകയല്ലേ?" സിംഹത്തിന്റെ ശബ്ദം കേട്ട് കാടു വിറച്ചു. ഇത് കേട്ട കുറുക്കൻ ഒരു നിമിഷംപോലും പാഴാക്കാതെ ഓടിരക്ഷപ്പെട്ടു.

അപകടങ്ങൾ സംഭവിക്കാൻ ഇടയാക്കാതെ പരിഹാരം കാണുന്നവൻ സുഖമായി ജീവിക്കും. അതിന് കഴിയാതെ പോകുന്നവർ ദുഃഖിക്കേണ്ടി വരുകയും ചെയ്യും.

www.ingramcontent.com/pod-product-compliance
Lightning Source LLC
LaVergne TN
LVHW090335051026
849518LV00005B/1963
* 9 7 8 8 1 9 6 8 4 7 5 1 7 *